ഈരയുടെ പ്രസവം
ഒരു ലൈവ് ഷോ

stories
eerayude prasavam oru live show
•
jose pazhukkaran
•
first chintha edition
august 2016
•
typesetting & *published*
chintha publishers, thiruvananthapuram
•
printed
manipal technologies limited
•
cover
ambeesh

വിതരണം

ദേശാഭിമാനി ബുക്ക് ഹൗസ്
H O തിരുവനന്തപുരം-695 035
phone: 0471-2303026, 6063026
www.chinthapublishers.com
chinthapublishers@gmail.com

ബ്രാഞ്ചുകൾ

ഹെഡ്ഡാഫീസ് ബ്രാഞ്ച് കുന്നുകുഴി • സ്റ്റാച്യു തിരുവനന്തപുരം • കെ എസ് ആർ ടി സി ബസ് സ്റ്റേഷൻ ആലപ്പുഴ • കെ എസ് ആർ ടി സി ബസ് സ്റ്റേഷൻ എറണാകുളം • മച്ചിങ്ങൽ ലെയിൻ തൃശൂർ • ഐ ജി റോഡ് കോഴിക്കോട് • മാവൂർ റോഡ് കോഴിക്കോട് • എൻ ജി ഒ യൂണിയൻ ബിൽഡിങ് കണ്ണൂർ • സെൻട്രൽ ബസ് ടെർമിനൽ കോംപ്ലക്സ് താവക്കര കണ്ണൂർ

CO - 2393 / 3936
ISBN - 978-93-86112-71-2

ഈറയുടെ പ്രസവം
ഒരു ലൈവ് ഷോ

(കഥകൾ)

ജോസ് പാഴൂക്കാരൻ

ചിന്ത പബ്ലിഷേഴ്സ്
തിരുവനന്തപുരം-695 035
വില : ₹ 90

ജോസ് പാഴൂക്കാരൻ

ജനനം 1968 ൽ കോട്ടയം ജില്ലയിലെ ഏറ്റുമാനൂർ കട്ടച്ചിറയിൽ. 1972 ൽ വയനാട് ജില്ലയിലെ പുൽപ്പള്ളിയിലേക്ക് കുടിയേറ്റം. ഇംഗ്ലീഷ് സാഹിത്യത്തിൽ ബിരുദാനന്തര ബിരുദം. കൃതികൾ *ചാവുകര* (കഥകൾ), *ദൈവത്തിന്റെ നാട്,* (തിരക്കഥ) *അരിവാൾ ജീവിതം, കറുത്ത പുലികൾ ജനിക്കുന്നത്* (നോവൽ), *കാപ്പിമൂപ്പന്റെ കാടനുഭവങ്ങൾ* (ട്രൈബൽ സ്റ്റഡി).

പുരസ്കാരങ്ങൾ: *അരിവാൾ ജീവിതം* നോവലിന് 2010 ലെ കേരള ഭാഷാഇൻസ്റ്റിറ്റ്യൂട്ട് പുരസ്കാരം, തുളുനാട് പുരസ്കാരം, ശ്രീലത ടീച്ചർ പുരസ്കാരം, ഒ വി വിജയൻ പുരസ്കാരം തുടങ്ങിയവ. ജോലി: അദ്ധ്യാപകൻ.

വിലാസം : പാടിച്ചിറ പി ഒ
പുൽപ്പള്ളി - 673 579
വയനാട്

ഫോൺ : 09495532101
email : pazhukaran@gmail.com

ഉള്ളടക്കം

സമർപ്പണം

മഞ്ചേരിയിലെ സഹൃദയ
സാഹിത്യ കൂട്ടായ്മയ്ക്ക്

പ്രസാധകക്കുറിപ്പ്

മലയാള ചെറുകഥയുടെ മാറുന്ന മുഖം ജോസ് പാഴൂക്കാരന്റെ കഥകളിൽ കണ്ടെത്താനാവും വ്യക്തിയും സമൂഹവും ഉള്ളിലേക്ക് ചവിട്ടിയൊതുക്കുന്ന ചിലതുണ്ട്. അറിയാമെങ്കിലും പറയാൻ വയ്യാത്തവ. മനുഷ്യമനസ്സിന്റെ ഇരുണ്ട തലങ്ങളിലേക്ക് ദസ്തോവിസ്കിയൻ കണ്ണുകളോടെ ഊളിയിടുകയാണ് ഈ കഥാകൃത്ത്. *ഊരയുടെ പ്രസവം ഒരു ലൈവ് ഷോ* പോലുള്ള കഥകൾ സമകാലികാവസ്ഥയുടെ ആവിഷ്കാരങ്ങളാണ്. മനസ്സിൽ പതിയുന്ന വക്രീകരിച്ച സത്യങ്ങളെ പല ദിശകളിൽനിന്നും പരിശോധിക്കുന്ന പാഴൂക്കാരന്റെ കഥകൾ അകത്തേക്കും പുറത്തേക്കും തിരിയുന്ന കണ്ണാടിയാണ്.

ചിന്ത പബ്ലിഷേഴ്സ്

നന്ദി

ഇതിലെ കഥകൾ പ്രസിദ്ധീകരിച്ച മാഗസിനുകൾക്ക്, പിന്നെ എഴുത്തിന്റെ ആദ്യകാലം മുതൽ എന്റെ കഥകൾ വായിക്കുകയും വേണ്ട നിർദ്ദേശങ്ങൾ തരുകയും ചെയ്ത കഥാകൃത്ത് റഫമാൻ കിടങ്ങയം, പി സുരേന്ദ്രൻ മാഷ്, മഞ്ചേരിയിലെ രാമചന്ദ്രൻ വക്കീൽ, കേശവൻ വക്കീൽ, അവതാരിക എഴുതി എന്നെ അനുഗ്രഹിച്ച ശ്രീ. ശിഹാബുദ്ദീൻ പൊയ്ത്തുംകടവ്, ഈ പുസ്തകം പ്രസിദ്ധീകരിക്കുന്ന ചിന്ത പബ്ലിഷേഴ്സ് തുടങ്ങി പുൽപ്പള്ളിയിലെ എന്റെ എല്ലാ നല്ല സാഹിത്യ സുഹൃത്തുക്കൾക്കും

ഓർമ്മപ്പെടുത്തലിന്റെ കഥകൾ

ശിഹാബുദ്ദീൻ പൊയ്ത്തുംകടവ്

ശക്തമായ മാധ്യമം എന്ന നിലയ്ക്ക്, ഒരു മലയാള കഥയെഴുതി കൈയടി വാങ്ങിപ്പോകാൻ ഒട്ടും എളുപ്പമല്ല ഇന്ന്. പണിക്കുറവ് തീർന്ന ഉരുപ്പടികളിലല്ലാതെ, അലസനേരങ്ങൾപോലും അതിനകത്ത് നമ്മുടെ വായനക്കാർ ഒട്ടും അനുവദിച്ചുകൊടുക്കുന്നില്ല. മറ്റൊരു നിലയ്ക്ക് പറഞ്ഞാൽ വായനക്കാരനും എഴുത്തുകാരനും തമ്മിലുള്ള ഒരു ചെസ് മത്സരം ചെറുകഥാ വായനയ്ക്കകത്തുണ്ട്. പരാജയപ്പെട്ട ഒരു വാക്കിനെയും കഥാസന്ദർഭത്തെയും കഥ കൊണ്ടുവരുന്ന ദർശനത്തെയും അയാൾ പ്രത്യേകമെടുത്ത് കൈകാര്യം ചെയ്യുന്നു. ഈ സൂക്ഷ്മ മുഹൂർത്തത്തിൽ എഴുത്തുകാരൻ തന്റെ പണിയായുധങ്ങളുടെ മൂർച്ചയെ മാത്രം ആശ്രയിക്കുന്നു. ഈ അതിസൂക്ഷ്മത എഴുത്തിനെത്തന്നെ പ്രതിസന്ധിയിലേക്ക് കൊണ്ടുപോകാം.

ചീത്ത രചനകൾ എഴുതാനുള്ള സ്വാതന്ത്ര്യവും എഴുത്തുകാരനു കിട്ടണം. മികച്ച, വളരെ മികച്ച രചനകൾക്ക് അവ സന്ദർഭമൊരുക്കാം. പക്ഷേ, ചെസ്സിൽ അലസനിമിഷങ്ങൾക്ക് ഒട്ടും അവസരമില്ലല്ലോ. വായനക്കാരനുമായുള്ള ഈ ചൂതുകളിയിൽ പരാജയപ്പെടുന്നവൻ പുറത്തുതന്നെയാണ്.

ഓർമ്മകൾ ഉണ്ടായിരിക്കണം എന്നു പറയുന്നത് കവി എൻ എൻ കക്കാടാണ്. അതുപോലെ ജോസ് പാഴൂക്കാരന്റെ *അരിവാൾ ജീവിതം* എന്ന നോവലായാലും കഥകളായാലും 'ഓർമ്മകൾ ഉണ്ടായിരിക്കണം' എന്ന ആശയത്തെ കേന്ദ്രീകരിച്ചാണ് ഇന്ധനം സംഭരിക്കുന്നത്.

ചികിത്സയാണ് രോഗം എന്ന് ഓർമ്മിപ്പിക്കുന്ന 'ധ്വജഭംഗം' എന്ന കഥയിലടക്കം ഇതു വരുന്നുണ്ട്. ആധുനിക വിപണനതന്ത്രങ്ങൾക്കിടയിൽ മനസ്സ് അപ്രസക്തമാകുമ്പോൾ ശരീരംമാത്രമാണ് എല്ലാറ്റിനെയും

കൊണ്ടുപോകുന്നത് എന്ന് വിചാരിക്കുന്ന അതിഭൗതികവാദത്തിന്റെ അപ്പോസ്തലന്മാരാണ് ചികത്സയെ നാടകമാക്കി മാറ്റുന്നത്. ജോസിന്റെ കഥകളിൽ നാടകത്തിന്റെ അംശം ധാരാളമായുണ്ട്. ഈ സമാഹാരത്തിലെ ഏറ്റവും മികച്ച കഥയായ 'ജേക്കബ്ബ് ജോണിന്റെ ചിരിക്കൂത്തുകൾ' ഒന്നാന്തരം ഒരു നാടകംകൂടിയാണ്.

ഹിംസയോടുള്ള പ്രണയത്തെ എഴുത്തുകാരൻ നിശിതമായി ഉപഹസിക്കുകയും പരിഹസിക്കുകയും അപലപിക്കുകയും ചെയ്യുന്ന സന്ദർഭങ്ങൾ ഈ കഥകൾക്കിടയിൽ എമ്പാടുമുണ്ട്. അസ്വാഭാവികവും പ്രകൃതിവിരുദ്ധവുമായ ജീവിതസന്ദർഭങ്ങളിലൊക്കെ ജോസ് പാഴൂക്കാരൻ എന്ന എഴുത്തുകാരന്റെ കണ്ണെത്തും. സമൂഹത്തിന്റെ എഞ്ചിനീയർമാരാണ് എഴുത്തുകാരൻ എന്ന് ലെനിൻ പറഞ്ഞതു നമ്മൾ ഓർത്തുപോകും. പ്രകൃതിവിരുദ്ധമായ ഇടങ്ങളൊക്കെ തീർച്ചയായും അസ്വാഭാവികമായ ജീവിതസന്ദർഭങ്ങളുടെ വിളനിലമാണ്. അതിവൈകാരികതയുടെ കഥാപാത്രങ്ങൾ ജോസിന്റെ കഥകളിൽ പലപാട് പ്രത്യക്ഷപ്പെടുന്നതിന്റെ മനഃശാസ്ത്രഭൂമിക മറ്റൊന്നുമല്ല. അസ്വാഭാവികവും നൈസർഗ്ഗികമല്ലാത്തതുമായ വികസനസംരംഭങ്ങൾ ഫലത്തിൽ പ്രകൃതിവിരുദ്ധവും മനുഷ്യവിരുദ്ധവുമാണ്.

'തീപിടിച്ച വാതിൽ' എന്ന കഥയിൽ കഥാപാത്രത്തെക്കൊണ്ട് ജോസ് പാഴൂക്കാരൻ എന്റെ 'വല്ലാർപാടത്തമ്മേ' എന്നുവിളിപ്പിക്കുമ്പോൾ നമ്മുടെ ആത്മീയചിഹനങ്ങളും ആധുനിക വികസന സങ്കല്പങ്ങളും പ്രകൃതിവിരുദ്ധമായി കൂടിച്ചേരുന്നതിന്റെ ചിത്രം പുറത്തേക്ക് വമിക്കുന്നുണ്ട്. വികസനത്തിന്റെ ഇരയാണ് ഈ കഥയിലെ മജേഷ് എന്ന കഥാപാത്രം. കൂറ്റൻ മണിമന്ദിരങ്ങളുടെയും, ഫ്ളാറ്റുകളുടെയും ആശാരിത്തൊഴിലാളിയായിരിക്കുമ്പോൾ വാതിലുകളില്ലാത്ത സ്വന്തം മുറിയിൽ ആദ്യരാത്രി ആഘോഷിക്കുന്നവന്റെ കഥമാത്രമല്ലിത്. വികസനമെന്നത് ആരുടെ വികസനമാണ് എന്ന മൗലികവും അനിവാര്യവുമായ ചോദ്യത്തിലേക്കാണ് കഥ അവസാനിക്കുന്നത്.

മറ്റൊരു അർത്ഥത്തിൽ പറഞ്ഞാൽ പല കഥകളും അവസാനിക്കുമ്പോഴാണ് ജോസിന്റെ കഥയ്ക്കുള്ളിലെ കഥ ആരംഭിക്കുന്നത്.

'ഉപ്പുതൂൺ' എന്ന കഥയിലും ഇങ്ങനെ ഗ്രാമ നിസ്സഹായതയെ ചൂഷണം ചെയ്യുന്ന നഗരഭീകരതയെപ്പറ്റി വരുന്നുണ്ട്. കാരൂരിന്റെ 'ചെകുത്താൻ ' എന്ന കഥയിലെപ്പോലെ ഈ ഗതി ആർക്കും വരാമെന്ന് കഥാകൃത്ത് എപ്പോഴും വായനക്കാരെ ഓർമ്മിപ്പിക്കുന്നു.

'വഴിക്കണ്ണ്' എന്ന കഥയിൽ മറ്റൊരോർമ്മിപ്പിക്കൽകൂടി മൂർത്തഭാവം കൈക്കൊള്ളുന്നതു കാണാം.

തനിക്ക് പറയാനുള്ള കാര്യങ്ങൾക്ക് ജോസ് ഏതു പണിയായുധവും പുറത്തെടുക്കും. 'മഷിനിലം' എന്ന കഥ ജോസ് പാഴൂക്കാരൻ എഴുതിയ കഥയല്ലെന്ന് നമുക്ക് തോന്നിപ്പോകും. അവ്വിധമാണ് ഈ കഥയിൽ

ഫാന്റസി വിന്യസിപ്പിച്ചിരിക്കുന്നത്. സാഹചര്യങ്ങളുടെ സൃഷ്ടിയാണ് ഇവയിലെ കഥാപാത്രങ്ങളേറെയും.

സാഹചര്യങ്ങളെ അചേതനവസ്തുവെപ്പോഴും സ്വാധീനിക്കും എന്ന് ധ്വനിപ്പിക്കുകയാണ് 'അനന്തരാമനും ഉണ്ടൻപൊരിയും' എന്ന കഥയിൽ.

അനന്തരാമന്റെ ജീവിതത്തിലേക്ക് ഓർക്കാപ്പുറത്തു കയറിവന്ന അസ്വസ്ഥതകൾ അയാളുണ്ടാക്കുന്ന ഉണ്ടൻപൊരികളുടെ ആകൃതി പോലും നഷ്ടപ്പെടുത്തുന്നു. ഭാര്യയായ സേതുലക്ഷ്മിയോട് കടയിലേക്ക് വരരുതെന്നുപോലും അയാൾ വിലക്കുകയും ചെയ്തിട്ടുണ്ട്.

ഈ കഥയുടെ അന്ത്യത്തിലെ ട്വിസ്റ്റ് അവിചാരിത മുഹൂർത്തമായി ത്തീരുന്നതിലൂടെ, സാമൂഹിക സാഹചര്യങ്ങൾക്കെതിരെ പൊരുതാനായി മനഃശക്തിയാർജ്ജിക്കുന്ന കഥാപാത്രത്തെയാണ് നാം കാണുന്നത്.

നമ്മുടെ വർത്തമാന കഥയിലെന്നപോലെ സാമൂഹിക വിഷയങ്ങ ളാണ് ഈ എഴുത്തുകാരനും പഥ്യം. അസ്വാഭാവികമായി നില്ക്കുന്ന സാമൂഹിക പരിസരങ്ങളെ സ്വാഭാവികമായി കാണാനുള്ള സ്വപ്നം കാ ണലുകൾ കൂടിയാണ് ജോസ് പാഴൂക്കാരന്റെ കഥകൾ.

ധ്വജഭംഗം

ഫൽഗുനൻ കൈയിലെ ചുരുട്ടിയ കുറിപ്പെടുത്ത് ഒരാവർത്തികൂടി വായിച്ചു.

ശക്തിയുടെ സൂത്രയായ വാജിസൂത്ര ഉപയോഗിക്കൂ, അവിസ്മരണീയമായ ശരീരബലം നേടൂ. ദാമ്പത്യത്തിലെ നഷ്ടപ്പെട്ട ചുറുചുറുക്ക്, ഉന്മേഷം ഇവ വീണ്ടെടുത്ത് ഒരു രാജാവിനെപ്പോലെ കഴിയൂ. പ്രകൃതിദത്തമായ ഈ ഉല്പന്നത്തെ അനുഭവിച്ചറിയൂ. ആക്ഷൻ2 HP കോമ്പോ പായ്ക്കറ്റ് ക്യാപ്സൂളുകൾ 50 എണ്ണം രൂ. 2000, 100 എണ്ണം രൂ. 3000 മാത്രം. ക്യാപ്സൂളുകളിൽ പരാജിതരാകുന്നവർക്ക് നേരിട്ടുള്ള തെറാപ്പിയിലൂടെ വിദഗ്ദ്ധ ചികിത്സയും നിർദ്ദേശങ്ങളും നല്കുന്നു.

ഡോക്ടർ കുൽക്കർണി (alt..md) F R C M (U S A)

ഫോൺ. 91188835671....

അറിയിപ്പ്

നേരിട്ടുവരുന്നവർ നഗരത്തിന്റെ തെക്കേ സ്റ്റാൻഡിൽ ബസിറങ്ങി, നേരെ മടമ്പത്തേക്ക് ബസ് കയറുക. അവിടെയിറങ്ങി പടിഞ്ഞാറ് ഭാഗത്തേക്ക് 1.500 മീറ്റർ നടക്കുകയോ ഓട്ടോറിക്ഷക്കാരോട് അന്വേഷിക്കുകയോ ചെയ്താൽ മതി.

നഗരത്തിന്റെ പുഴുങ്ങിവീർത്ത തിളപ്പിലൂടെ കൊരച്ചു തുള്ളിയ ഓട്ടോറിക്ഷ തിരക്കൊഴിഞ്ഞ ഭാഗത്തേക്ക് പ്രവേശിച്ചു. പിന്നെ ശ്വാസം ഏങ്ങിവലിച്ച് തുറന്നുവിടുമ്പോലെയത് വേഗതയെ പുണർന്ന് ഓടിക്കൊണ്ടിരുന്നു. റോഡിന്റെ ഇരുവശത്തും പലതരം കോൺക്രീറ്റ്പെട്ടികൾപോലെ വീടുകൾ നിശ്ശബ്ദതയെ പൂണ്ടുകിടക്കുന്ന കല്ലറകളെ ഓർമ്മിപ്പിച്ചു.

ഫൽഗുനൻ ഉൽക്കണ്ഠ ഗ്രസിച്ച ഹൃദയചലനത്തോടെ ഭാര്യ ഉണിച്ചിയെ നോക്കി നെടുവീർപ്പയച്ചു. അവളുടെ മനസ്സിന്റെ വിഭ്രാന്തിയും

പരിഭ്രമവും പർവ്വതീകരിച്ച് മുഖം ലോഹനിർമ്മിത പാളിപോലെ കാണപ്പെട്ടിരുന്നു.

ഓട്ടോക്കാരൻ തിരക്കി.

“ഗെയിറ്റ്നമ്പർ പറയൂ സാർ.” അയാൾ ഗെയിറ്റ്നമ്പർ പറഞ്ഞുകൊടുത്തു.

“നമ്പർ ത്രീ.”

ഫോണിലൂടെകേട്ട ഗെയിറ്റ് നമ്പറിന്റെ പ്രസക്തി ഫൽഗുനന് ഇപ്പോളാണ് ബോദ്ധ്യമാകുന്നത്, നിഗൂഢമായി മനസ്സിനെ അത് വരിഞ്ഞുമുറുക്കുന്നു.

പത്തടി പൊക്കമുള്ള ചിത്രവേലകൾ ചെയ്ത ഒരു ഇരുമ്പ് ഗെയിറ്റിനു മുമ്പിൽ ഓട്ടോറിക്ഷ കുലുങ്ങിനിന്നു. ഫൽഗുനനും ഉണിച്ചിയും തങ്ങളുടെ വികാരവിചാരങ്ങളെ ഒരുവിധം ഇളക്കിയുറപ്പിച്ച്, പരസ്പരം മിഴികൾ ഉടക്കിത്താഴ്ത്തി ഓട്ടോറിക്ഷയിൽനിന്നും ഇറങ്ങി. ഫൽഗുനൻ ശ്വാസമെടുത്ത് ചുറ്റുമൊന്ന് കണ്ണിളക്കി, തങ്ങളെ ആരെങ്കിലും നിരീക്ഷിക്കുന്നുവോ എന്ന ഉൾഭയം നെഞ്ചിൽ കെട്ടിനില്ക്കുന്നു. ഗെയിറ്റ് നമ്പർ ഇതുതന്നെയോ എന്നും സന്ദേഹപ്പെട്ടു, പിന്നെ, ഓട്ടോക്കാരന് എന്തെങ്കിലും തോന്നിയോ എന്നായി ഭാവം. ഓട്ടോക്കാരൻ ചോദിച്ചപണം നല്കുമ്പോൾ, അത് അധികമല്ലേ എന്നൊന്നും ഫൽഗുനൻ ചിന്തിച്ചതേയില്ല.

സാധാരണ അങ്ങനെയല്ലെങ്കിൽപ്പോലും!

ഫൽഗുനൻ വലിയ ഇരുമ്പുഗെയിറ്റിനു വലതുവശത്ത് ഉറപ്പിച്ചിരുന്ന ആകർഷണീയമായ ഫ്ളക്സ്ബോർഡിൽ കണ്ണുടക്കിവച്ചു.

‘ഇൻസ്റ്റിസ്റ്റ്യൂട്ട് ഓഫ് സെക്സ് തെറാപ്പി ആന്റ് കൗൺസലിങ് സെന്റർ...’ ബോർഡിനു താഴെ ഉപയോഗിക്കൂ ‘വാജിസൂത്ര’ എന്നും, ഒപ്പം കുതിരചാടുന്ന ഒരു ചിത്രവും.

അയാൾക്കുപിന്നിൽ ഉണിച്ചിയപ്പോൾ മൂകതയുടെ മൂർച്ചയുള്ള ഇടങ്ങളിലൂടെ ചലിക്കുകയായിരുന്നു. ഫൽഗുനൻ തന്റെ ബോധം വീണ്ടെടുത്ത് വീണ്ടും പരിസരം ഒന്നു ചികഞ്ഞു. നഗരത്തിന്റെ ഏതോ ഒറ്റപ്പെട്ട സ്ഥലമാണ്. അകലെനിന്ന് ആരോ വരുന്നുവെന്ന് തോന്നിയ ഫൽഗുനൻ ഉണിച്ചിയേയും വലിച്ചുകൊണ്ട് അതിവേഗത്തിൽ ഭീമൻ ഗെയിറ്റിനു വലത്തേ ചെറുപ്രവേശന കവാടത്തിലേക്കോടി. പൊടുന്നനെ ആ ഒറ്റയാൾ പ്രവേശം താനെ തുറക്കപ്പെട്ടു. അവരതിലൂടെ നൂഴ്ന്നതും, മാന്ത്രിക ഭാവത്തോടെ ഗെയ്റ്റ് അവർക്കു പുറകിൽ അടഞ്ഞതും ഒപ്പമായിരുന്നു.

ഫൽഗുനന് അത്ഭുതം തോന്നി!

ഗെയിറ്റ് മാനോ സെക്യൂരിറ്റിയോ ഇല്ല. മുമ്പിൽ ഏതാണ്ട് നൂറ് അടിയോളം ദൂരെ വലിയ മുട്ടയുടെ ആകൃതിയിലുള്ള ഒരു കെട്ടിടം. എവിടെയാണ് അതിന്റെ മുൻഭാഗം? തങ്ങളേതോ ഗുഹയ്ക്കുള്ളിലാണ് അകപ്പെട്ടതെന്ന് പെട്ടെന്ന് ഫൽഗുനന് തോന്നി.

ഏതായാലും ഫോണിലൂടെ കിട്ടിയ നിർദ്ദേശപ്രകാരം നീങ്ങുക തന്നെ.

അവർ ഉച്ചിയിൽ പഴുത്ത സൂര്യന് കീഴെ പൊള്ളുന്ന സിമന്റ് പാത

ചവിട്ടി കെട്ടിടത്തെ ലക്ഷ്യമിട്ടു. ചുറ്റും മനോഹരമായ പൂന്തോട്ടവും പുൽത്തകിടിയും കൃത്രിമ ജലസ്രോതസ്സുകളും. ഇരുവശങ്ങളിലും സിമന്റിലും ഫൈബറിലും തീർത്ത മനോഹര നഗ്നശില്പങ്ങൾ കണ്ട് ഫൽഗുനൻ വല്ലാണ്ടായി. ആണും പെണ്ണും പല വീക്ഷണകോണുകളിൽ നാണമില്ലാതെ തന്നെ മാടിവിളിക്കുംപോലെ ...''അയ്യേ''...ഫൽഗുനൻ വല്ലാതൊന്ന് ചീറ്റി. എങ്കിലും ചുറ്റുമൊന്ന് കണ്ണുഴിഞ്ഞ് ആരുമില്ലെന്ന് ഉറപ്പിച്ച് ഒരു രതിശില്പത്തെ ചുളിഞ്ഞ് നോക്കിപ്പോയി. പെട്ടെന്ന് ഉണിച്ചി മറ്റൊരു ആൺശില്പം ചൂണ്ടി "ദേ... അതു കണ്ടോ..." എന്ന് വികാരപ്പെട്ടപ്പോൾ, "ഛേ... വേഗം നീങ്ങൂ.... ആരെങ്കിലു"മെന്ന് ഇച്ഛാഭംഗപ്പെട്ട് ഫൽഗുനൻ വേഗത്തിൽ മുന്നോട്ടു ആഞ്ഞുനടന്നു.

''ഹോ.... എന്ത് ഭംഗിയാണാ ശില്പങ്ങൾക്ക്....ജീവനുണ്ടെന്നേ തോന്നൂ.'' ഫൽഗുനൻ മനസ്സിൽ ഇങ്ങനെ പറഞ്ഞുകൊണ്ട് കെട്ടിടത്തിന്റെ ചില്ലുവാതിലിലേക്കെത്തി, ഫൽഗുനന്റെ പ്രതിബിംബം അതിൽ പതിഞ്ഞതും പൊടുന്നനെ ചില്ലുവാതിലും ഒരു മാന്ത്രികസ്പർശംപോലെ തുറക്കപ്പെട്ടു. പൂത്തചെമ്പകംപോലൊരു പെണ്ണ് സമൃദ്ധമായി ചിരിച്ചുകൊണ്ട് ദേ.. മുമ്പിൽ..

അവൾ സ്വനഗ്രന്ഥിമീട്ടി.

''വരൂ.''

അവളുടെ പൂമൊട്ടുകൾപോലുള്ള ദന്തനിര വിടർന്നുനില്ക്കുന്നു. ഇളംനീല സാരി ആ സൗന്ദര്യത്തിന് മാറ്റുകൂട്ടുന്നതായി തോന്നും. അവിടെങ്ങും ചെമ്പകപ്പൂവിന്റെ പരിമളം പരന്നു. ഫൽഗുനൻ കഴിയാവുന്നിടത്തോളം അവളെ അളന്നുഴിഞ്ഞു. പറ്റാവുന്നിടത്തോളം ഊറ്റി.

എന്തുഭംഗിയാണവൾക്ക്! ഇവിടത്തെ നഴ്സ് ആയിരിക്കും. അല്ലെങ്കിൽ ഡോക്ടർ.

ഫൽഗുനൻ മനസ്സിൽ ചില കണക്കുകൂട്ടലും കിഴിക്കലും നടത്തി.

അവൾ ചൂണ്ടിയ സോഫാബെഡ്ഡിൽ അവർ ഇരുന്നതും അത് കുഴിഞ്ഞ് ഭൂമിക്കടിയിലേക്കു പോയി. അന്നേരം അവൾ കിലുകിലാ ചിരിച്ച്, അച്ചടക്കമില്ലാത്ത ചില ഭാഗങ്ങൾ ചലിപ്പിച്ച് മുമ്പിലെ മറ്റൊരു മുറിയിൽ മറയുന്നത് ഫൽഗുനൻ ശ്വാസമടക്കിപ്പിടിച്ച് നോക്കിക്കണ്ടു.

ഇത് എന്ത് തരം കെട്ടിടമാണ്? ഹോസ്പിറ്റലോ...പേടകമോ? ആളുകളെവിടെ? തൊടൽകിട്ടിയ തൊട്ടാവാടി ഇലപോലെ ഉണിച്ചി കുനിഞ്ഞിരിപ്പാണ്. മനസ്സ് എത്ര ദുർബ്ബലമാണോ അത്രത്തോളം നിരുത്സാഹത്തിന്റെ ഉൾപ്പിരിവ് ശരീരത്തെ ബാധിക്കുമെന്നുതന്നെ ഫൽഗുനൻ ഗണിച്ചു.

അവളുടെ വെളുത്ത അടിവയർ ചുഴിഞ്ഞ് ആഴത്തിൽ കിടക്കുന്നു. ആ മുഖത്തെ രക്തധമനികളെല്ലാം അപ്രത്യക്ഷമായിരുന്നു.

ഭിത്തിയോടു ചേർന്ന് സ്റ്റാൻഡിൽ മനോഹരമായ ഒരു വിവസ്ത്രശില്പം തങ്ങളുടെ ശരീരഭാഗങ്ങൾ പിണച്ച് അവരെ നോക്കി നില്പുണ്ടായിരുന്നു. ഫൽഗുനൻ പരിസരം വീക്ഷിച്ചിട്ട് ലജ്ജിപ്പിക്കുന്ന ആ ശില്പത്തെ വെറുതെ ഒളികണ്ണിട്ട് നോക്കി. പെട്ടെന്ന് മുമ്പിലെ ഭിത്തി ഒരുവശത്തേക്ക് നിരങ്ങി അവിടെയൊരു മുറി പ്രത്യക്ഷപ്പെട്ടു. കൂടെ പൂത്തചെമ്പകവും. അതിന്റെ സൗരഭ്യം അവിടമാകെ നിറഞ്ഞു.

അവൾ വിളിച്ചു.

"വരൂ, ഡോക്ടർ നിങ്ങളെ കാത്തിരിക്കുന്നു."

അവർ ഇരുവരും അത്ഭുതവും, സങ്കോചവും വിടർത്തി പിടിക്കപ്പെട്ട ജയിൽപ്പുള്ളികളെപ്പോലെ അകത്തുകടന്നതും ഭിത്തി നിരങ്ങിയടഞ്ഞതും ഒപ്പമായിരുന്നു.

ഒരു മായികലോകത്ത് ചുറ്റിസഞ്ചരിക്കുന്ന അനുഭൂതി. മേശമേൽ 'ഡോക്ടർ കുൽക്കർണി (alt.med) f r c w m U S A' എന്നെഴുതിയ ബോർഡ്.

അയാൾ അവർക്ക് പുറംതിരിഞ്ഞ് ഇരിപ്പായിരുന്നു.

കസേരകൾ ചൂണ്ടി പൂത്തചെമ്പകം "ഇരിക്കൂ" എന്ന് നിർദ്ദേശിച്ചതും അവർ ഇരുന്നതും, അതിവേഗത്തിൽ കറക്കക്കസേര ഒരു പ്രത്യേക പോസിൽ തിരിഞ്ഞ് ഡോക്ടർ കുൽക്കർണി അവർക്കഭിമുഖമായി വന്നതും ഏതാണ്ട് ഒരേസമയത്തായിരുന്നു.

"വെൽക്കം മിസ്റ്റർ പൽഗുണൻ ആന്റ് മിസ്സിസ് പൽഗുണൻ."

മലയാളം ശുദ്ധമല്ലാതെ അയാൾ ഉച്ചരിച്ചു.

കോട്ടും ടൈയും ഇണങ്ങുന്ന എക്സിക്യൂട്ടീവ് രൂപം, ഭാവം. ഏതാണ്ട് അമ്പതിന് താഴോട്ടേ പ്രായം കാണൂ. ബുൾഗാന് നടുവിൽ ചിരി നിറയുന്നു.

അതിനു കീഴെ കുറച്ചു രോമങ്ങൾ ഞാലുന്നത് മുട്ടനാടിനോട് ഫൽഗുനൻ ഉപമിച്ചു. അത്യന്താധുനിക രീതിയിൽ ഫർണിഷ് ചെയ്ത മുറിയിൽ തണുപ്പ് പുതച്ച് കിടപ്പാണ്. ചില്ല് മേശയിൽ ഒരു പെൺ നഗ്നശില്പം ചില്ല് തുളച്ച് കീഴോട്ടും നില്ക്കുന്നു. ഫൽഗുനൻ അതിൽ കണ്ണ് ഉടക്കിപ്പിടിച്ചിരിക്കുന്നത് കണ്ട്, ഡോക്ടർ കുൽക്കർണി തന്റെ നാവിൻ തുമ്പ് മെല്ലെ ഒന്നു കടിച്ചുവിട്ട് പല്ലിചിലയ്ക്കും പോലെ ഒന്നു ചിലച്ചു. ..ച്ച്.. ച്ച്..ച്ച്.

ഫൽഗുനൻ പെട്ടെന്ന് ശില്പത്തിൽനിന്നും കണ്ണ് പിഴുതെടുത്ത് തന്റെ വിവേകശൂന്യതയെ പഴിച്ചു. അത് മനസ്സിലാക്കി ഡോക്ടർ ചിരിച്ചു.

"നോ പ്രോബ്ളം മി. പൽഗുണൻ ആയിക്കോളൂ."

പൂത്തചെമ്പകം ഡോക്ടറോട് ഉരുമ്മി ലജ്ജപ്പെട്ടപ്പോൾ, ഫൽഗുനൻ വിചാരിച്ചു ഇവൾ ഡോക്ടറുടെ ഭാര്യയാണ്. എന്തും അനൗപചാരികമായി കാണുന്ന ഫൽഗുനൻ പെട്ടെന്ന് ചോദിച്ചുപോയി.

"ഭാര്യയും ഡാക്ടറാണോ?" ഡോക്ടർ കുൽക്കർണി ഇക്കിളിപോലെ ഇളകിച്ചിരിച്ചിട്ട് നാക്കിൻ തുമ്പ് വീണ്ടും ഒന്ന് തെപ്പിവിടുകയാണ് ചെയ്തത്. ച്ച്..ച്ച്..ച്ച്....

"നോ.. നോ മി:പൽഗുണൻ ഭാര്യയല്ല.. ഇതിവിടുത്തെ സെർവന്റാണ്, നിങ്ങക്ക് നേസ് എന്ന് വിളിക്കാം."

അവൾ ഒന്നുകൂടി അയാളോട് അമർന്നുനിന്നപ്പോൾ, ഫൽഗുനൻ അങ്കലാപ്പിലായി. ഡോക്ടർ പറഞ്ഞു.

"ചോദിക്കൂ മി:ഫൽഗുണൻ, എന്തൊക്കെയാണ് നിങ്ങളുടെ പ്രശ്നങ്ങൾ. പതിനായിരക്കണക്കിന് ദമ്പതികൾക്ക് വാജിസൂത്രയുടെ ആത്മവിശ്വാസം ലഭിച്ചു കഴിഞ്ഞു. മടിക്കാതെ മറവുകളില്ലാതെ തുറന്നു സംസാരിക്കൂ. രോഗനിർണ്ണയത്തിന് ഹേതുവാണിതെല്ലാം."

ദുർബ്ബലമായ ഒരു മരക്കഷണത്തിൽ പിടിച്ച് ഉപ്പുവെള്ളത്തിൽ പൊങ്ങിക്കിടക്കുന്നവന്റെ ഭയചകിതം അവരുടെ മുഖങ്ങളിൽ നിറഞ്ഞിരുന്നു. ഫൽഗുനൻ ഭയത്തോടെ ചോദിച്ചു.

"ഇത് എന്തുതരം കെട്ടിടമാണ് ആശുപത്രിയോ? പേടകമോ.. മറ്റാളുകളെ കാണാനേയില്ലല്ലോ?"

ഡോക്ടർ പറഞ്ഞു.

"ന്യായമായ സംശയം. അതല്ലേ നിങ്ങളുക്ക് വേണ്ടതും. ഈ രോഗം നിഗൂഢവും വിശുദ്ധവുമാണ്. രോഗികളുടെ ഇച്ഛകൾ ഞങ്ങളു മുന്നേ കാണുന്നു. അതുകൊണ്ട് ഒരേസമയം ഒന്നിലധികം റോഗികളെ ഞങ്ങള് ഇതിനുള്ളിൽ പ്രവേശിപ്പിക്കാറില്ല. നോക്കൂ...

ഈ കെട്ടിടത്തിന് നാല് പ്രവേശനകവാടങ്ങളുണ്ട്. നിങ്ങൾ നമ്പർ ത്രീയിലുക്കൂടി പ്രവേശിച്ചപ്പോള്, മറ്റൊറു കൂട്ടർ നമ്പർ ഫോറിലുക്കൂടി പുറത്തേക്ക് കടക്കുന്നുണ്ടായിരുന്നു. ഒരുപക്ഷേ, അത് നിങ്ങള്ടെ ബന്ധുവോ സുഹൃത്തോ ആയിറിക്കാം. ഞങ്ങളുടെ വീക്ഷണത്തിൽ കണ്ടുമുട്ടലുകൾ രോഗം വർദ്ധിപ്പിക്കാനേ ഉതകൂ. ഒരുപക്ഷേ മറിച്ചാകാം. പക്ഷേ, നോക്കൂ, ഈ റീതി ഞങ്ങളുടെ മാത്രം പ്രത്യേകതയാണ്."

ഫൽഗുനന് ഉത്സാഹമായി. വരുമ്പോൾമുതൽ ആരുടെയെങ്കിലും മുമ്പിലകപ്പെട്ട്, വള്ളിപുള്ളിവിടാതെയെല്ലാം വെളിപ്പെടുത്തേണ്ടി വരുമോയെന്ന് ആശങ്കപ്പെട്ടിരുന്നു. സുരക്ഷിതവും മാന്ത്രികവുമായ ഈ ചികത്സാരീതിയെ ഫൽഗുനൻ മനസ്സാ അഭിനന്ദിച്ചു. അന്നേരം ഫൽഗുനന് അയാളോട് വല്ലാത്ത ആരാധനതോന്നി.

"മി. പൽഗുണൻ പറയൂ, ഞങ്ങളുടെ ഉല്പന്നം വാജിസൂത്ര ഉപയോഗിച്ചിരുന്നതായി സൂചിപ്പിച്ചിറുന്നുവല്ലോ... പറയൂ പിന്നീട് എന്തു സംഭവിച്ചു?"

"ആദ്യമൊക്കെ കുറശ്ശേ.. പിന്നെ പിന്നെ."

വാക്കുകൾ മുറിഞ്ഞപ്പോൾ ഡോക്ടർ വീണ്ടും ചിലച്ചുപോയി.

ച്ച്...ച്ച്...ച്ച്...

"മി. പൽഗുണൻ ശ്രദ്ധിക്കൂ.. സിൽഡ് നാഫിൽഗുളികയോട് ചില പ്രത്യേക ഒട്ടമൂലിചേർത്താണ് ഞങ്ങള് വാജിസൂത്ര ക്രിയേട്ടുചെയ്യുന്നത്. തികച്ചും ജൈവികമായ ഒറാനന്ദം മനുഷ്യശരീരത്തിന് പകർന്നു നല്കുന്നു ഈ മാന്ത്രിക ഗുളികകൾ. മട്ടുകമ്പനികളുടേതുപോലെയല്ല, തികച്ചും പാർശ്വഫലങ്ങൾ ഇല്ലാത്തതാണ്. വിദേശ രാജ്യങ്ങളിൽ ചൂടപ്പം പോലെ വിറ്റഴിയുന്ന ഞങ്ങടെ ഉല്പന്നം മി. പൽഗുണന് ഏട്ടില്ലാന്ന് പറയുമ്പോൾ...."

ഡോക്ടർ കുൽക്കർണി ഒന്നാലോചനാചിത്തനായി. പിന്നെ പൂത്ത ചെമ്പകത്തെ നോക്കി. അവരും കായബലം മനുഷ്യജീവിതത്തിന്റെ ഉടമ്പടിയാണല്ലോ എന്ന് വ്യാകുലപ്പെട്ട് നില്പായിരുന്നു.

ഉണിച്ചി തലകുമ്പിട്ടിരിപ്പാണ് വെറുപ്പോടെ. പുരുഷവർഗ്ഗത്തിന്റെ മൗഢ്യത്തിന്റെ തിക്തഫലം നുരച്ച് അതുല്യവും, ചലനാത്മകവുമായ ഒരു പാട അവരുടെ മുഖത്തെയപ്പോൾ മൂടിക്കളഞ്ഞിരുന്നു.

"നോക്കൂ മി. പൽഗുണൻ ചില വ്യക്തികളിൽ പ്രചോദനമുണ്ടാവുമ്പോൾ ഹൈപ്പോതലാമസ്സിൽ നൈട്രിക് ഓക്സൈഡ് ഉണ്ടാകും.

തുടർന്ന് ഗ്യാനിലേട്ട് സൈക്ലസ് എന്ന എൻസൈമിനെ പ്രവർത്തിപ്പിക്കുകയാണ് വാജിസൂത്ര ചെയ്യുന്നത്. മാനസികമായ വിരുദ്ധതകൾ മൂലം സൈക്ലിക് ജി എം പിയെ വാജിസൂത്രയ്ക്ക് ഫലപ്രദമാക്കാൻ കഴിയില്ല... പറയൂ മി. പൽഗുണൻ... നമുക്കിടയിൽ രഹസ്യങ്ങളില്ല വക്കീലിനോടും ഡോക്ടറോടും ഈശ്വരനോടും ഒന്നുമൊളിക്കാൻ ശ്രമിക്കരുത്.''

നിർഭാഗ്യത്തിന്റെ ഇടപെടലുകൾ ജീവിതത്തെ ഗ്രസിക്കുന്നത് സർവ്വസാധാരണമാണ്. ആനന്ദത്തിന്റെ പണിക്കുറവ് തീർത്ത് അവയെ കണ്ണിയിട്ട് വയ്ക്കേണ്ടതുണ്ട്. എന്നിരുന്നാലും ഒരു വൈക്ലബ്യം ഫൽഗുനനെയും ചൂഴ്ന്നിരുന്നു. അതുകൊണ്ട് ഫൽഗുനൻ പറഞ്ഞു:

"ഇവളോട് ചോദിക്ക്, ഇവളു പറയും.''

അതുകേട്ടതും ഉണിച്ചിയിൽ പാറ പിളർക്കുന്ന ഒരു രോഷം പൊട്ടി. തടുക്കാനാവാതെ കൽച്ചീളുകൾ ചിതറി..

"ങ്ഹും.... ഞായെന്നാ പറയാനാ നിങ്ങളാങ്ങ് പറഞ്ഞേ.''...

അതുംപറഞ്ഞ് അവൾ അസ്വസ്ഥയുടെ തുമ്പിൽ ഞാണ്ട് അനന്തതയുടെ മേൽപ്പരപ്പിന് കീഴെ കിടന്നാടി. വാക്കുകൾക്കിടയിൽ കുരുങ്ങിപ്പോകുന്ന പടപ്പറച്ചിലുകള് ചിലപ്പോൾ ജീവിതത്തെതന്നെ തകർത്തേക്കാം. ഫൽഗുനനും ഇരുളിന്റെ തടവറയിൽനിന്നെന്നവണ്ണം വാക്കുകളെ കനപ്പിച്ചു.

"കണ്ടോ ഡോക്ടർ ശുണ്ഠി. പെരുമാറാനറിയില്ല. എന്തുപറഞ്ഞാലും മൂക്കത്താ അരിശം. ഒടുക്കത്തെ വീട്ടുപണീംകഴിഞ്ഞ് ഒറ്റക്കിടത്താ... പിന്നെ കുറ്റമെനിക്ക്.''

"മിസിസ്സ് പൽഗുണൻ പറയൂ നിസ്സഹകരണവും ദേഷ്യവുമരുത്. അത് രോഗത്തെ വർദ്ധിപ്പിക്കയേയുള്ളൂ.'' ഡോക്ടർ പറഞ്ഞു.

അതുകേട്ടതും ഉണിച്ചി തന്റെ സ്വത്വത്തെ കുടഞ്ഞ് വാക്കുകൾ ചുഴറ്റിവിട്ടു.

"ഒക്കെ നുണ, ഇയ്യാളൊരു കെഴങ്ങനാണ് ഡോക്ടർ.''

പെട്ടെന്ന് ഡോക്ടറുടെ നാവ് പല്ലിൽ കോർത്ത് ഒരശ്ലീലം പോലെ നിന്നു. പിന്നെ നാവ് മോണയിലമർത്തി ഒച്ചയെ തെപ്പിവിട്ടു.

..ച്ച്...ച്ച്...ച്ച്..എന്നിട്ട് കുലുങ്ങി കുലുങ്ങി ചിരിച്ചു.

ഹൊ..ഹൊ..ഹൊ..

ഫൽഗുനന് തന്റെ മസ്കുലിൻ ഭാഗത്ത് ഞെട്ടലേറ്റതായി അനുഭവപ്പെട്ടു. കുത്തുവാക്കേറ്റ് അയാളുടെ ഹൃദയം തുളഞ്ഞു.

ഫൽഗുനന് തോന്നി എന്നും കഴുകിത്തുടച്ച് എണ്ണയിട്ട് വയ്ക്കാനുള്ളതാണ് സ്ത്രീ. പൊടിപിടിച്ച് തെളിമ നഷ്ടപ്പെട്ടാൽ അത് വൃത്തിയാക്കാനുള്ള വ്യയവും വർദ്ധിക്കുന്നു.

ഫൽഗുനൻ അമേരിക്കയിലെ പ്രസിദ്ധ ജേണലിസ്റ്റ് നോറ വിൻസന്റ് ആണായി നടന്ന് എഴുതിയ *സെൽഫ് മെയ്ഡ്മാൻ* എന്ന ഗ്രന്ഥത്തെക്കുറിച്ചോർത്തു. ഫെമിനിസവും, മാസ്കുലിനിറ്റീസും ജന്മനാ ഉണ്ടാകുന്നതല്ലെന്നും ജീവിതത്തിലൂടെ സ്വയം ആർജ്ജിക്കേണ്ടതാണെന്നും.

ഫൽഗുനൻ അത് പറയാൻ തുടങ്ങിയതാണ്. അന്നേരം ഡോക്ടർ കുൽക്കർണി ഉണിച്ചീടെ നിഗമനങ്ങളെ ഖണ്ഡിച്ചുകൊണ്ട് മറ്റൊരു കാഴ്ചയിലേക്ക് അവരെ വഴിതിരിച്ചു വിട്ടു.

"നോക്കൂ മിസിസ്സ് പൽഗുണൻ.."

അയാൾ ഭിത്തിയിലെ ടി വി സ്ക്രീൻ തെളിച്ചു കാണിക്കുകയാണ് —തങ്ങൾ ഗെയിറ്റിലെത്തിയതുമുതലുള്ള ദൃശ്യങ്ങൾ ഒന്നൊന്നായി അതിൽ തെളിയുന്നു. ഫൽഗുനൻ നഗ്നശില്പങ്ങളെ ഒളിഞ്ഞ് നോക്കി രസിക്കുന്നതും ഡോക്ടറുടെ സെർവന്റിനെ അളന്നുകണ്ടുഴിഞ്ഞ് അന്ധാളിക്കുന്നതും ക്ളോസ്ഡ് സർക്യൂട്ട് ക്യാമറ പിടിച്ചെടുത്തത്.

" കണ്ടോ മിസിസ്സ് പൽഗുണൻ ഒരു പുറുഷൻചെയ്യേണ്ടത് അവൻ ചെയ്തിരിക്കുന്നു. ഞങ്ങളുടെ ചികത്സാരീതികളാണിതെല്ലാം. ഞങ്ങളിൽ നിന്ന് ഒന്നുമൊളിക്കാൻ രോഗികൾക്കാവില്ല. "

ഇരുട്ട് കണ്ണിനെ മൂടിയതായി ഫൽഗുനന് തോന്നി. അയാൾക്ക് നാണവും ജാള്യതയും ഉണ്ടായി..

"സോറി ഡോക്ടർ. ".. ഫൽഗുനൻ പറഞ്ഞു.

"നോ..നോ.. പൽഗുണൻ നിങ്കള് ചെയ്തതാണ് സരി. അല്ലെ രോഗം കണ്ടുപിടിക്കാൻ ഞങ്ങളേറെ പണിപ്പെട്ടേനേം. ചെലതുകൂടിയുണ്ട്.. അതിനുമുമ്പ്..പറയൂ പൽഗുണൻ ഇവിടെയെത്താൻ നിങ്കളെ ഏറ്റവും കൂടുതൽ പ്രേറിപ്പിച്ച ഘടകങ്ങള്.".....

ഫൽഗുനൻ പറഞ്ഞു. "പ്രത്യേകിച്ച് രജിസ്ട്രേഷൻ ഫീസില്ല, ഫലമുണ്ടായാൽ മാത്രം കാശ് എന്ന പരസ്യം."

ഡോക്ടർ പൊട്ടിച്ചിരിച്ചു.

"ഗുഡ് പൽഗുണൻ ഗുഡ്. പക്ഷേ, അതിനുകീഴെ വളറെ ചെറിയ അക്ഷരത്തിൽ എഴുതിയിറുന്ന മട്ടൊന്ന് നിങ്ങള് ശ്രദ്ധിച്ചിട്ടില്ലാ എന്ന് കരുതട്ടെ."

"ഷുവർ ശ്രദ്ധിച്ചു. ഈ പരസ്യം വെട്ടിക്കൊണ്ടുവരുന്നവർക്ക് പത്ത് വാജിസൂത്രയുടെ ഗുളികകൾ ഫ്രീയെന്ന്."

ഫൽഗുനൻ കൈയിൽ ചുരുട്ടിപ്പിടിച്ചിരുന്ന പരസ്യക്കുറിപ്പ് ഡോക്ടർക്ക് നേരെ നീട്ടി തന്റെ കഴിവ് ഒന്നുകൂടി നെഞ്ചുവിരിച്ച് തെളിയിച്ചു.

അന്നേരം ഉണിച്ചി മുഖംചുളിപ്പിച്ച് ഫൽഗുനനെ വെറുപ്പോടെ നോക്കി. അയാൾ അലംഘനീയമായ ഒരുന്മാദത്തിന്റെ അലയാഴികൾ മുഖത്ത് നിറച്ച് ഇരിക്കുകയായിരുന്നു അന്നേരം.

"ഗുഡ്.. യെല്ലാം ഗുഡ്.. ഞങ്കളുടെ രണ്ടാമത്തെ പറീക്ഷണത്തിലും നിങ്കൾ വിജയിച്ചിറിക്കുന്നു. നിങ്കളുടെ ശേഷികൾ അസാധാരണം തന്നെ... എന്നിട്ടും.. നിഗൂഢതകൾ അവശേഷിക്കുന്നു."

അയാൾ സെർവന്റിനെ നോക്കി. അവരും ആലോചനയിലാണ്.

അവർ പറഞ്ഞു.

"ഇത്തരം രോഗികൾ നമുക്കാദ്യമാണ് ഡോക്ടർ."

"തീർച്ചയായും."

ഡോക്ടർ ധൃതികൂട്ടി .."ശറി..ശറി.... പറയൂ മി. പൽഗുണൻ, വേഗത്തിൽ കാറണം കണ്ടെത്തേണ്ടതുണ്ട്. ചിലർ പ്രവേശിക്കാൻ പുറത്ത് കാത്തുനില്ക്കുകയാണ്.... ങാ.. ഇനി പറയൂ.. നിങ്കളുക്കെന്താണ് ജോലി."

ഫൽഗുനൻ ഒന്നു മടിച്ചു. അതു മനസ്സിലാക്കി ഉണിച്ചി തിളപ്പോടെ ഒഴുക്കി വാക്കുകൾ.

"ഇങ്ങേർക്ക് എഴുത്താണ് ഡോക്ടർ ജോലി. "

ഡോക്ടർ അത്ഭുതംകൊണ്ടു. പിന്നെ പിടികിട്ടിയെന്നപോലെ മുഖം ഒന്നു ചുരണ്ടി, സെർവന്റിനെ വീണ്ടും നോക്കി. അവരും അദൃശ്യമായ എന്തോ ഒന്ന് മനസ്സിൽ ചികയുകയായിരുന്നു.

ഫൽഗുനൻ ചമ്മലോടെ പറഞ്ഞു.

''അതേ ഡോക്ടർ ഞാനാണ് ഫൽഗുനൻ നീരാറ്റുപാറ.''

''മൈഗോഡ്'' ഡോക്ടർ നിലവിളിച്ചുപോയി.

''പ്രസിദ്ധനായ നോവലിസ്റ്റ്, പൽഗുണൻ നീറാട്ടുപാറയാണോ നിങ്കള്. ഇത് ഞങ്കൾക്ക് വിശ്വസിക്കാനേ കഴിയുന്നില്ലല്ലോ. ലൈംഗികതയുടെ അതിപ്രസരം പറത്തിയുള്ള താങ്കളുടെ രചനകൾ ഞാനൊറ്റയിറിപ്പിന് വായിച്ചുതീർത്തിട്ടുണ്ട്. നിങ്ങളുടെ ചില നിഗമണങ്ങൾപോലും ഞങ്കൾ ശാസ്ത്രീയമായി ഉപയോഗപ്പെടുത്തുന്നു എന്നിട്ടും......''

ഫൽഗുനൻ എരിപൊരികൊള്ളുകയായിരുന്നു... ഉടലാകെ പെരുത്തു. അയാൾ ടവ്വലെടുത്ത് വിയർപ്പ് ഒപ്പി. അതുകണ്ട് ഡോക്ടർ ചോദിച്ചു:

''കുടിക്കാനെന്തെങ്കിലും.''

''കിട്ടിയിരുന്നെങ്കിൽ.''

പൂത്തചെമ്പകം തണുത്തവെള്ളം ഒരു ഗ്ലാസിൽ അയാൾക്കുമുമ്പിൽ വച്ചു.

ഫൽഗുനൻ അമൃതുപോലത് നുണഞ്ഞുനുണഞ്ഞിറക്കി.

''ഓക്കെ.. റിലാക്സ് മി. പൽഗുണൻ. ഞങ്ങൾക്കിത് പുതിയ അനുഭവംതന്നെയാണ്. എഴുത്തുകാറുടെ ശേഷികൾ ചിലറ് ഇങ്ങനെയും വിനിയോഗിക്കുന്നുണ്ടാകാം. ആകട്ടെ നിങ്ങൾക്ക് എത്തറ കുട്ടികൾ ഉണ്ട്.''

''മൂന്ന്.''

''ഗുഡ് അതിന് കുഴപ്പമില്ല...എത്രകാലമായിട്ട് ഈ ദുരിതം അനുഭവിക്കുന്നു.''

''വർഷങ്ങളായി.''

''എവിടെവച്ചാണ് പ്രശ്നങ്ങൾ തുടങ്ങുക?''

''ഏതാണ്ട് മദ്ധ്യഭാഗത്ത് എത്തുമ്പോഴേക്കും കുഴഞ്ഞു നിവർത്തി കെട്ടുപോകുന്നു ഡോക്ടർ.....''

ഡോക്ടർ ഗഹനമായ മറ്റെന്തൊക്കയോ സംശയങ്ങളിലേക്ക് പെട്ടെന്ന് വീണതുപോലെതോന്നി. പിന്നെ മുമ്പിലെ കമ്പ്യൂട്ടർ കീബോർഡിൽ കൈചലിപ്പിച്ച് ചിലത് ഗണിച്ചു നോക്കി. പിന്നെ മൗസ് ക്ലിക്ക് ചെയ്ത് ഒരു ശരീരത്തിന്റെ അനാട്ടമി പുറത്തെടുത്ത് സ്ക്രീൻ ഫൽഗുനന് നേരെ തിരിച്ചു വച്ച് ഡോക്ടർ പറഞ്ഞു:

''മി. പൽഗുണൻ ശ്രദ്ധിക്കൂ. ഉദ്ധാരണ കലയിലെ ഏതെങ്കിലും പാളികളിൽ ഉദ്ദീപനങ്ങളുടെ പോരായ്മ ചിലപ്രശ്നങ്ങൾ സൃഷ്ടിച്ചേക്കാം. മസ്തിഷ്കത്തിന്റെ പ്രവർത്തന തകരാറാണ് ഇത്. അന്നേരം കോർപ്പസ് സ്പോഞ്ചിയം പ്രതികരിക്കുകയില്ല ..... ഓക്കെ... ഐസിവാഡ് ചെയ്താലൊന്നും ഇത്തരം പ്രശ്നങ്ങൾക്ക് പരിഹാരവുമാവില്ല.''

അവസ്ഥകളെ മാനിക്കാത്ത പര്യാകുലനൊന്നുമായിരുന്നില്ല അയാൾ.

പക്ഷേ, മിഥ്യയുടെ പെരുപ്പം തന്നെ അത്രമാത്രം വേട്ടയാടിക്കൊണ്ടിരിക്കയാണന്ന് അയാൾക്ക് തോന്നി.

കമ്പ്യൂട്ടറിലൂടെ നീങ്ങുന്ന പുരുഷാവയവത്തിന്റെ ചില ഭാഗങ്ങളിൽ ഫൈബർ സ്റ്റിക്കിന് ചൂണ്ടി ഡോക്ടർ വിശദീകരിച്ചുകൊണ്ടിരുന്നു.

ഫൽഗുനൻ കൂടെക്കൂടെ ഉമിനീരിറക്കാൻ പാടുപെട്ടു. ഉണിച്ചി ഇതൊന്നും തന്നെ സംബന്ധിക്കുന്ന പ്രശ്നമല്ലേയെന്നവണ്ണം മുറിയിലെ മറ്റു കാഴ്ചകൾ നോക്കിയിരുന്നു.

ഡോക്ടർ പറഞ്ഞു. "പറയൂ മി. പൽഗുണൻ വാജിസൂത്ര എന്തു കൊണ്ട് പരാജയപ്പെടുന്നു."

"നോക്കൂ ഡോക്ടർ ആ കുഴിഞ്ഞ കവിളുകൾ... കണ്ണുകൾ, ദ്രാവ കാവസ്ഥയിലെ ഉടൽ ഞൊറിവുകൾ."

"ച്ച്...ച്ച്...ച്ച്.. മൈ ഗോഡ്."

ഡോക്ടറുടെ ചിലപ്പ് പതിവിലും ഉച്ചത്തിലായിരുന്നു.

പിന്നെ ഒരു ഞെട്ടലോടെ സർവന്റിനെ ഒന്നു നോക്കി. ആ നിമിഷം തങ്ങളുടെ ബിസിനസിന്റെ ജൈവരഹസ്യംപോലും ചോരുമോയെന്ന് ഡോക്ടർ ഭയപ്പെട്ടതായി അവൾ കണ്ടു. മാനസികമായ ഈ പ്രതിസ ന്ധിയെ നേരിടാൻ അയാൾ പൊടുന്നനെ തയ്യാറായി. അവളും.......

"ഒരു യഥാർത്ഥ ഭർത്താവിന്റെ ധർമ്മസങ്കടം നിങ്ങളേയും പിടികൂ ടിയിരിക്കുന്നു. പൽഗുണൻ അതെങ്ങനെയാണ് കോശങ്ങളെ ബാധിക്കുക എന്ന് ശ്രദ്ധിക്കൂ."

കമ്പ്യൂട്ടറിലെ പുരുഷാവയവത്തിൽ ചൂണ്ടി ഡോക്ടർ വീണ്ടും വിശ ദീകരിക്കുകയാണ്.

"നോക്കൂ.. ഇവിടെ ഉദ്ദീപനങ്ങൾ എത്താതിരുന്നാലുള്ള സ്ഥിതി. അത് ഉദ്ധാരറണകലകളെ കൊലപ്പെടുത്തുന്നു. ശരി..ശരി...."

ഡോക്ടർ സാവധാനം എഴുന്നേറ്റു. പിന്നെ എത്രയും പെട്ടെന്നീ കൂടിക്കാഴ്ച അവസാനിപ്പിക്കണമെന്ന ചിന്തയിൽത്തന്നെ തന്റെ സർവ ന്റിനെ ഒന്നു നോക്കി.

അവൾ കാര്യം മനസ്സിലാക്കി ഞെളിഞ്ഞു ചിരിച്ചു.

"നിങ്ങൾക്ക് പേഴ്സണൽ കൗൺസലിങ് വളറെ ആവശ്യമായിരി ക്കുന്നു...അതുകൂടികഴിഞ്ഞ് ചികിത്സ നിശ്ചയിക്കാം."

ഡോക്ടർ ഏതോ സ്വിച്ചമർത്തി

ടക്.

അത്ഭുതം!

ഇരുവശത്തും പൊടുന്നനെ രണ്ടുമുറികൾ പ്രത്യക്ഷപ്പെട്ടു. പൂത്തചെമ്പകം ഫൽഗുനനേയുംകൂട്ടി വലതുവശത്തേക്കും. ഡോക്ടർ ഉണിച്ചിയേയും കൂട്ടി ഇടതുഭാഗത്തേക്കും പ്രവേശിച്ചു.

ഉടനെ ഭിത്തിനിരങ്ങി മുറിയില്ലാതാവുകയും ചെയ്തു.

ഇപ്പോൾ കമ്പ്യൂട്ടറിൽ ഒരു സ്ത്രീയുടെയും, പുരുഷന്റെയും അനാ ട്ടമി ചിത്രങ്ങൾ മാറിമാറി വന്നുകൊണ്ടിരിക്കയാണ്. സ്ക്രീനിന്റെ ഒരുവ ശത്ത് ചില വിശദീകരണങ്ങളും നിർദ്ദേശങ്ങളും തെളിയുന്നു. പൊടു ന്നനെ ഒരു നറേറ്റർ സ്ക്രീനിൽ പ്രത്യക്ഷപ്പെട്ട്. സ്ത്രീ-പുരുഷ ശരീര ഭാഗങ്ങളിൽ ചൂണ്ടി ചിലത് വിവരിക്കുകയാണ്. ഏറ്റവും രസകരമായതും ചില നിഗൂഢതകൾ നിറഞ്ഞതുമായ ഭാഗങ്ങൾ എത്തുമ്പോൾ നറേറ്റർ 'ഹൂയി' എന്ന ശബ്ദമുണ്ടാക്കി സ്ക്രീനിൽനിന്ന് അപ്രത്യക്ഷമാകുകയും

അല്പം കഴിഞ്ഞ് വീണ്ടും പ്രത്യക്ഷപ്പെട്ട് ഗൗരവംനടിച്ച് വിവരിച്ചുകൊണ്ടുമിരുന്നു.

കൃത്യം പതിനഞ്ച് മിനിട്ട്.

ടക്..

ഇരുമുറികളും ഒരുപോലെ തുറക്കപ്പെട്ടു. മുറിയിൽനിന്ന് പുറത്തിറങ്ങിയ ഉണിച്ചിയും ഫൽഗുനനും പരസ്പരം അത്ഭുതത്തോടെ മിഴിച്ചു കണ്ടു.

ഫൽഗുനൻ ശ്രദ്ധിച്ചു. അവളുടെ കുഴിഞ്ഞ കവിളുകൾ നിവർന്നിരിക്കുന്നു. ദീപ്തരശ്മികൾ ഹിമകണങ്ങളിൽ തിളങ്ങിനില്ക്കുമ്പോലെ മുഖത്ത് ഏഴുവർണ്ണങ്ങൾ തെളിയുന്നു.

ഉണിച്ചിയും കണ്ടു. ഫൽഗുനന്റെ മുഖത്ത് തനിക്ക് ഇതുവരെ ദർശിക്കാനാവാത്ത ഒരഭൗമ പ്രകാശം.

അവരെ പഴയപടി കസേരകളിൽ ഇരുത്തി ഡോക്ടർ പറഞ്ഞു തുടങ്ങി.

"ചില വാക്കുകൾ കേൾക്കുമ്പോൾ മനുഷ്യശരീരത്തിലുണ്ടാകുന്ന ജൈവമാറ്റങ്ങൾ നിരീക്ഷിക്കുകമാത്രമേ ഞങ്ങള് ഈ തെറാപ്പിങ്കിലൂടെ ചെയ്തിട്ടുള്ളൂ. ഇത് ഒരുതരം കൗൺസലിങ്കുകൂടിയാണ്. വളരെ വിജയകരമായ പരീക്ഷണങ്കള്. പൽഗുണന്റെയും ഉണിച്ചിയുടെയും ഭാവത്തിൽനിന്ന് ഞങ്കള് ചിലത് ഊഹിക്കട്ടെ."

ഫൽഗുനൻ ചിന്തിക്കയായിരുന്നു.

എത്രപെയ്താലും കടൽ ഒരിക്കലും നിറയാത്തപോലാണ് സ്ത്രീയും എങ്കിലും, അവൾ തന്നിലേക്കെത്തുന്ന ഒരു പുഴയോ അരുവിയോ നിരന്തരം രുചിക്കുന്നു.

ഫൽഗുനൻ പറഞ്ഞു:

"തീർച്ചയായും ഡോക്ടർ. തികച്ചും വ്യത്യസ്തമായ ചില ആത്മചലനങ്ങൾ എനിക്കും അനുഭവപ്പെട്ടു."

അതുകേട്ടതും ഡോക്ടർ കുൽക്കർണി തന്റെ നാക്കിൻ തുമ്പ് ഒന്നുകൂടി കടിച്ചുവിട്ടു. പിന്നെ ഉച്ചത്തിൽ ചിലച്ചു.

ച്ച്..ച്ച്..ച്ച്!!

ഇപ്രാവശ്യം തന്റെ നാവ് അല്പം വേദനിച്ചെങ്കിലും ഡോക്ടർ എഴുന്നേറ്റ് ഇരുവരുടെയും കൈകൾ പരസ്പരം ചേർത്തുപിടിച്ച് അതിൽ വാജിസൂത്രയുടെ പത്ത് ഗുളികകൾ വച്ചുകൊടുത്തുകൊണ്ട് പറഞ്ഞു:

"കൃത്യം പത്തു ദിവസങ്കൾ കഴിഞ്ഞ് ഇതേ മുറിയിൽ ഇതേസമയം ഞങ്കള് നിങ്കളുക്കായി കാത്തിറിക്കും വാജിസൂത്രയുടെ പുത്തൻ അനുഭവങ്കൾക്കായി."

തുടർന്ന് മറ്റൊരു വാതിൽ തുറക്കപ്പെട്ടു... ടക്.!

അത് പുറത്തേക്കുള്ളതായിരുന്നു. മറുപുറം കാണാനാവാത്ത നീണ്ട ഗുഹാവഴിപോലൊന്ന്. മാർഗ്ഗനിർദ്ദേശത്തിന് മങ്ങിയ നീല വെളിച്ചംമാത്രം.

മടക്കയാത്രയിൽ ഫൽഗുനനും ഉണിച്ചിയും ചിന്തിക്കയായിരുന്നു.

ഇത് തങ്ങൾ പ്രവേശിച്ച വഴിയിലൂടെയല്ലല്ലോ!!

തികച്ചും വ്യത്യസ്തമായ മറ്റൊരു വഴി!

ഇതുവരെ കാണാത്ത ഈ വഴികളിലൂടെ എങ്ങനെയാണ് ഒന്നു പുറത്തുകടക്കുക!

ഉടൽപെരുത്ത വിഘ്നങ്ങൾ

വർത്തമാനകാല ചിന്തകളുടെ സന്തതികളായ കുട്ടികൾ ഒരിക്കലും അവരുടെ ഭാവികാലസ്വപ്നങ്ങളെക്കുറിച്ച് വേവലാതിപ്പെടാറില്ലല്ലോ. നേരേമറിച്ച് അത് അവരിലേക്ക് കുത്തിനിറച്ച് തുന്നിക്കൂട്ടുകയാണ് നാം സാധാരണ ചെയ്യാറുള്ള ഗൃഹപാഠങ്ങളിൽ ഏറ്റവും പഴക്കമേറിയത്. അന്നേരം ഉള്ളുതള്ളി പള്ളവീർത്ത് നെഞ്ചുപൊള്ളിപ്പോയവരെക്കുറിച്ചുള്ള വിചിന്തനങ്ങൾ നമുക്കും ചിന്തകളിൽ ചേർത്തെഴുതി വെക്കാം.

ഇനി ഒരു കൗമാരശരീരക്കാരന്റെ രക്തകോശസിരാപടലങ്ങളിലെ സ്വാഭാവികമായ ജൈവ കോലാഹലങ്ങൾ എങ്ങനെയാണ് പരജീവിതങ്ങളെ അതികണിശമായി ബാധിക്കുകയെന്ന് ശ്രദ്ധിച്ചുകൊള്ളുക.

ഇത്തരം പറഞ്ഞുപഴകിയ അറുപഴഞ്ചൻ ജീവിത നിരാശകളിലൂടെ സഞ്ചരിക്കുമ്പോഴും നമ്മളോർക്കാതെപോകുന്ന ചില വസ്തുതകൾ കൂടി സൂചിപ്പിക്കാൻ അനുവദിക്കുക. ഒന്ന്: മൂക്കാത്ത പേരക്കായ കടിച്ച് പല്ലു കൊഴിക്കുന്നവരെക്കുറിച്ചുള്ള മുന്നറിയിപ്പുകളൊന്നും പേരമരച്ചുവട്ടിൽ എഴുതിവയ്ക്കാത്തതെന്തുകൊണ്ട്? രണ്ട്: ചവയ്ക്കുമ്പോൾ അതിന്റെ ചവർപ്പണിഞ്ഞ മധുരം വായ്ക്കകത്തുണ്ടാക്കുന്ന പുളിപ്പും, പശപ്പും പടർത്തുന്ന മുഖവൈകൃതങ്ങളൊക്കെ ഉത്തരാധുനിക ചുറ്റുപാടുകളിലും കുറിക്കപ്പെടേണ്ടതല്ലേ?

സത്യത്തിൽ വായനാറ്റമില്ലാത്ത സാമൂഹ്യവ്യവസ്ഥിതികൾ അന്യം വന്നുപോകുന്നത് ഒച്ചയില്ലാത്ത വേദാന്ത ചിന്തകളായി മനുഷ്യരിൽമാത്രം പരിണമിച്ചുകിടപ്പാണ്. ഒന്നുകിൽ പൂജ്യം ഡിഗ്രിയിൽ അല്ലെങ്കിൽ ഹൈടെൻഷനിൽ. നോക്കൂ...ഒരു കൗമാരക്കാരന്റെ തളിർമേനിയിൽ പൂത്തുവരുന്ന പേശീസമൃദ്ധിയെ തഴുകി താലോലിച്ച് അവൻ സ്വയം ഇതെന്താ ഇങ്ങനെയൊക്കെ വല്ലാതാകുന്നതെന്ന് നെടുവീർപ്പ് പൊക്കിയാൽ

അതിനെ കുറ്റം പറയുവാൻ ആർക്കാണ് കഴിയുക?

അന്നേരമാണ് ഭാവി തുലാസിലാടുന്നതിന്റെ വ്യാകുലതകളുമായി ഒരമ്മ മകനെ സമീപിക്കുന്നത് എങ്ങനെയാണെന്ന് നാം കാണുന്നത്.

നേരംകിട്ടുമ്പോഴൊക്കെ അവർ പുണ്യാളച്ചന്റെ നേർച്ചക്കോഴിഭാവത്തോടെ സന്ദേഹം പെരുക്കി ലിപ്സ്റ്റിക്കിട്ട ചുണ്ടിളക്കി സന്ദീപിനോട് ഇങ്ങനെ പറഞ്ഞുകൊണ്ടിരുന്നു.

"മോനേ കുട്ടാ, നേർച്ചയുള്ളതാ പത്താംതരം കഴിഞ്ഞാൽ നിന്നെ പട്ടത്തിനു വിട്ടേക്കാമെന്ന്."

ഗീവർഗീസ് പുണ്യാളച്ചനെ ധീരയോദ്ധാവായും, കാര്യസാദ്ധ്യതയുടെ അമൂർത്ത ശക്തിയായും സങ്കല്പമുള്ള ഒരു പുളകിത ഗാത്രയായിരുന്നു ആനിതോമസ്. പുണ്യാളച്ചന്റെ കാലടിയിലെ പാമ്പും കുന്തവും വലിയ ഭയമാണവർക്ക്. അതുകൊണ്ട് കോഴിനേർച്ചയും അപ്പപ്പെരുന്നാളിന് ശീലമായിരുന്നു. ഞായറാഴ്ച കുർബ്ബാനകഴിഞ്ഞാൽ പുണ്യാളച്ചനെ സ്പെഷ്യലായിട്ടൊന്ന് കുമ്പിടാതെ അവരിറങ്ങാറുമില്ലായിരുന്നു.

ഒരു പുലർച്ചെ, നേർച്ചക്കാര്യം ചെക്കനെ കൂടെക്കൂടെ ബോദ്ധ്യപ്പെടുത്തികൊണ്ടവർ മഹിളാ ക്യാമ്പയിനിൽ 'സ്ത്രീകൾ കുടുംബജീവിതത്തിന്റെ നെടുംതൂൺ' എന്ന വിഷയത്തെക്കുറിച്ച് സുദീർഘമായി സംസാരിക്കാനുള്ള വെകിളിയിൽ കാഞ്ചീപുരം പട്ടിന്റെ വിരിപ്പ് വീണ്ടും വീണ്ടും നിവർത്തി തട്ടി, പിന്നെ വിലകൂടിയ സാരിയുടെ ആലങ്കാരിക ഞൊറികളിലും ചുളിവുകളിലും ശ്രദ്ധവച്ച് ഒന്നുകൂടി വട്ടം ചുറ്റുമ്പോൾ, മറുപടിക്ക് ചുണ്ട് പിളർത്താനാവാതെ അമ്മയുടെ സുന്ദരമായ മുഖത്ത് കണ്ണുടക്കാൻപോലും ബദ്ധപ്പെട്ട് അവൻ നില്പായിരുന്നു.

ഉന്നംതെറ്റിയ വെടിയുണ്ടകളായി പെറ്റമ്മയുടെ വാക്കുകൾ പാഞ്ഞു പോകുന്നേരം ചിന്തകളിൽ നിറം കെട്ടവനായി അവൻ തല പെരുക്കി.

പർവ്വതാരോഹണസംഘങ്ങളെപ്പോലെ ഏന്തിവലിഞ്ഞ് പുറത്ത് പുസ്തകക്കെട്ടുകളുമായി പോകുന്ന സ്കൂൾകൂട്ടങ്ങളിൽ നിന്നവൻ ഒറ്റപ്പെട്ടിരുന്നു. അവന്റെ ദൃഷ്ടികൾ വഴിയോരഭിത്തികളിലെ ഉച്ചപ്പടങ്ങളിലെ മാദകത്തിടമ്പുകളിലേക്കായിരുന്നു. 'നിങ്ങൾക്കാരാകണമെന്ന' സ്കൂൾ ചോദ്യങ്ങൾക്കു മുമ്പിലവൻ വിയർത്തൊലിച്ചിരുന്നു. അന്നേരം കൂട്ടുകാരൻ അബുവിന്റെ നിർബ്ബന്ധത്തിനുവഴങ്ങി എന്തൊക്കയോ ഉത്തരമായി പറഞ്ഞൊപ്പിക്കുകയായിരുന്നു.

വിലകൂടിയ പെർഫ്യൂമുകളിൽ മുങ്ങി അപ്സരസ്സായി അമ്മ അവന്റെ മുമ്പിൽ നില്ക്കുമ്പോൾ, അവരും ഒരു സ്ത്രീയാണല്ലോയെന്നാണ് സന്ദീപ് വിശ്വസിച്ചുകൊണ്ടിരുന്നത്. ഓജസ്സുള്ള അവരുടെ ഉത്തരാധരങ്ങളിൽ വശ്യത തുളുമ്പിക്കിടക്കുന്ന കാഴ്ചകണ്ട് പതറിയ അവൻ അന്നേരം പിൻതിരിഞ്ഞു കളയുമായിരുന്നു.

ഒരിക്കൽ, മകന്റെ മനസ്സ് മനസ്സിലാക്കാനാവാതെ ആനിതോമസ് നില്ക്കപ്പൊറുതി മുട്ടി പിന്നാലെ ചെന്ന് മൊരണ്ടു.

"എന്റെ കുട്ടാ....ഈയ്യിടയായി നീ വല്ലാതെ വിളറുന്നുണ്ടല്ലോടാ?

നിനക്കെന്നാ പറ്റീത് ഈ അമ്മയോട് പറ.'' എന്നൊക്കെ വാക്കുകളെ കുടഞ്ഞിട്ടു.

വാക്കുകളൊക്കെ അടഞ്ഞ കതകുപാളികളിൽ തട്ടിത്തെറിക്കുമ്പോൾ അകത്ത്, പഠനമുറിയിലെ കമ്പ്യൂട്ടർ ഗെയിമിന്റെ മായാവലയത്തിലേക്ക് കണ്ണുനീട്ടി അവൻ ഒരു വേട്ടക്കാരനായി ഇരുന്ന്, എതിരാളികളെ ടിഷ്യൂ.. ടിഷ്യൂ.... എന്ന് വെടിയുതിർത്ത് വീഴ്ത്തുന്ന ഒച്ചയിലേക്ക് പ്രവേശിക്കും.

അകം മുറിവിന്റെ ആഴമളക്കുന്ന ഉപകരണം ആരെങ്കിലും കണ്ടുപിടിച്ചിരുന്നുവെങ്കിൽ അത് സന്ദീപിന്റെ ഹൃദയത്തോട് ചേർത്തുവച്ച് നേരറിയാമായിരുന്നു ഒരമ്മയ്ക്ക്.

പക്ഷേ, അത്തരം കണ്ടുപിടുത്തങ്ങൾ മാനവരാശിക്ക് ലഭ്യമല്ലല്ലോ?

പണ്ടുമുതലേ തറവാട്ടിലൊരു 'കത്തനാർ മാഹാത്മ്യം ' മുറവിളിയായിരുന്നു ആനിതോമസിന്. അതിന് ഉപോൽബലകമായി വകേലൊരു കത്തനാരുടെ തറവാട്ട് മഹിമയവർ മിക്കപ്പോഴും അയവെട്ടിനിർത്തിയിരുന്നു. അതിന്റെ ചുവടുപിടിച്ചാണവർ 'കത്തനാർമാഹാത്മ്യം' മൂന്നുനേരം വാക്സിനായി മകന് കുത്തിവച്ചുകൊണ്ടിരുന്നത് ഫ്യൂച്ചറിലേക്കൊരു കരുതലെന്നപോലെ. ചെറുപ്പത്തിൽ മഞ്ഞപ്പിത്തം മൂത്ത് ചെക്കൻ മരണത്തെ മുഖാമുഖം കണ്ട് കിടന്ന അന്നേരം നേർന്നുപോയതാണ്.

മകൻ രക്ഷപ്പെട്ടാൽ പുണ്യാളച്ചന് തന്നേക്കാമേയെന്ന്.

ഇനിയിപ്പോളെന്തുചെയ്യും? നേർച്ച തെറ്റിക്കാനാവുമോ? ആരെങ്കിലും ന്യായം തട്ടി വിളമ്പിക്കേറിയാൽ അവരാകെ പൂത്ത് വിറളി പിടിക്കും.

"അയ്യയ്യോ.. നേർച്ച തെറ്റിക്കാനോ? വ്യാധി മാറില്ല കേട്ടോ. അച്ചമ്മാരൊക്കെ പുണ്യപ്പെട്ടോരല്ലിയോ. നമ്മുടെ ഇടവകപ്പള്ളീ കൊച്ചച്ചനെന്തു മിടുക്കനാണെന്ന് നോക്കിക്കേ.....എന്തൊരു തേജസ്സാ ആ മുഖത്ത്. എന്താ പ്രസംഗം. ഹോ... ഹോ.... നമ്മുടെ മോൻ ഫാദർ സന്ദീപ് പനമടയായി പ്രസംഗിക്കുന്നതും, രോഗശാന്തി നല്കുന്നതും അങ്ങ് ജർമ്മനിയിൽ പ്പോയി സമ്പാദിക്കുന്നതുമൊക്കെ ഞാനെത്രപ്രാവശ്യം സ്വപ്നത്തിൽ ദർശിച്ചിട്ടുണ്ടെന്നോ?"

ഒരിക്കൽ അതുകേട്ട് ഡൈനിങ് മേശയുടെ കസേരയിൽ ഉന്മേഷം കെട്ടവനായി ചോറിലേക്ക് മുഖം കുത്തി സന്ദീപ് ഇരിക്കുകയായിരുന്നു. അന്നേരം ആനിതോമസ് പിന്നേം വിലപിച്ചു.

''മോനേ....സന്ദീപേ കഴിക്കെടാ..എല്ലാരും കണ്ണുവച്ചെന്റെ ചെക്കൻ ക്ഷീണിച്ചുപോയി."

തീൻമേശയിലെ ഡ്രൈച്ചിക്കന്റെയും, കരിമീൻ കറിയുടെയും ബാഷ്പീകരണം മുഖത്തടിച്ച് മൂക്കിനെ കുത്തി തുളയ്ക്കുമ്പോഴും, മടുപ്പിന്റെ അസ്വാരസ്യം പുറത്തെടുത്തവൻ അകക്കണ്ണ് വലംബെഞ്ചിലെ രേണുകയുടെയും, റിൻസിജേക്കബ്ബിന്റെയും പിറകെ എയ്തുവിടുന്ന ചിന്തയിലായിരുന്നു.

അന്നേരവും ഈ ചെക്കനിതെന്തുപറ്റിയെന്ന് ചിനച്ച്, ആനിതോമസ്

സന്ദീപിന്റെ നെറ്റിത്തടം മൃദുവായി ഒന്നു തൊട്ടുനോക്കി.

എന്നിട്ട്.... "അയ്യയ്യോ ചെക്കനെ പൊള്ളണുണ്ട്, ഡോക്ടർ ശശാങ്കനെത്തന്നെ കാണിക്കാം. കൈപ്പുണ്യമുള്ള ഡോക്ടറാട്ടോ. നെഞ്ചത്ത് ആ കുന്ത്രാണ്ടംവച്ച് കൺപോളകൾ വിടർത്തുമ്പോഴേ ഡോക്ടർ ശശാങ്കനറിയാം രോഗത്തിന്റെ കിടപ്പ് ..ഹോ ഹോ....എന്തോരാളുകളാ ക്യൂ നില്ക്കുന്നത്. വെറും എം ബി ബി എസ് ആയാലെന്താ ബഹുമിടുക്കനാട്ടോ. കേക്കണേൽ കേട്ടോ. കഴിഞ്ഞതവണ എനിക്ക് ബി പി കൂടിട്ടു ചെന്നപ്പോ എന്നെ ഡോക്ടർ ശശാങ്കനാ നോക്ക്യേ. ദേഹം മുഴുവനും പരിശോധിച്ചിട്ട് വെറും രണ്ടുഗുളികേലല്ലേ പുള്ളിക്കാരൻ സംഗതി നിർത്തിത്തന്നേ. വാ..വാ വച്ചോണ്ടിരിക്കേണ്ടാ. എന്തൊക്കെ വ്യാധികളുടെ പുകിലാണെന്നറീമോ ഇപ്പം പത്രം നിവർത്തിയാല്...."

ആനിതോമസ് പ്രസംഗം അവസാനിപ്പിക്കുമ്പോഴേക്കും വല്ലതും കഴിച്ചെന്നുവരുത്തി സന്ദീപ് മുറിയിലെ സ്വകാര്യതയിലേക്കുതന്നെ മടങ്ങിപ്പോയിരുന്നു.

ഇപ്പോളവൻ തന്റെ മുറിയിലെ നിലക്കണ്ണാടിയിൽ തെളിഞ്ഞ ഉടൽ പരുവം നോക്കി ഒന്നുപുളഞ്ഞിട്ട്, മൂക്കിനുകീഴെ മുളച്ചുപൊന്തുന്ന ചെമ്പൻ രോമരാജികളിൽ തടവി ശരീരത്തിലെ മേദസ്സുകളെക്കുറിച്ച് ആകാംക്ഷിക്കാൻ തുടങ്ങി. പേശികളിലും കോശങ്ങളിലും സംഭവിക്കുന്ന രാസവ്യതിയാനങ്ങളെക്കുറിച്ചുള്ള തോമാ മാഷ്ടെ അതുഗ്രൻ ക്ലാസ് അവന്റെ ചിന്തകളെ ഇളക്കിയെടുത്തു. വൈറ്റമിൻ 'ഡി'പല്ലിനും, എല്ലിനും ദൃഢതകൊടുക്കുമ്പോൾ വൈറ്റമിൻ 'ബി3' പ്രോട്ടീനുകളായി ശരീരസെല്ലുകളിലൂടെ കേറിമറിഞ്ഞ് കോശങ്ങൾക്ക് പുഷ്ടിവരുത്തും. വൈറ്റമിൻ 'എ' യുടെ അഭാവം കാഴ്ചയ്ക്ക് ഭംഗം വരുത്തുകയാൽ നാം ഇലക്കറികൾ ധാരാളമായി ശീലിക്കണം. പാലിൽ ജീവകങ്ങൾ ധാരാളമായി അടങ്ങിയിരിക്കുന്നതിനാൽ അവയുടെ കഴിപ്പ് ശരീരത്തിന് ...ഹോ.. ആ പൊക്കം കുറഞ്ഞ കഷണ്ടിക്കാരൻ മാഷ് എന്തൊക്കെയാണ് വിവരിച്ചിളക്കുന്നത്. പിന്നീട് അന്നക്കുട്ടി ടീച്ചറിന്റെ കെമിസ്ട്രി ക്ലാസാണ്. സാക്രമണമൂലകങ്ങളുടെ ഓക്സീകരണാവസ്ഥ നടക്കുന്ന പ്രക്രിയ ടീച്ചർ ബോർഡിൽ വിവരിക്കുമ്പോൾ, വലം ബെഞ്ചിലെ രേണുകയുടെ ശരീരത്തിലുണ്ടാകുന്ന ഭൗതികമാറ്റങ്ങളെക്കുറിച്ചുള്ള ആകാംക്ഷപ്പെടലായിരുന്നു അവന് പ്രിയം.

ഗാൽവനിക് സെല്ലിലെ ആനോഡിലും കാഥോഡിലും തുടർച്ചയായ വൈദ്യുതപ്രവാഹം നിലനിർത്തുന്ന ഉപ്പുപാലത്തിന്റെ കിടപ്പ് അന്നക്കുട്ടി ടീച്ചറിന്റെ വിരലുകൾക്കിടയിലെ ചോക്കുകഷണത്തിലൂടെ ചിത്രീകരിക്കുമ്പോൾ ടീച്ചറിന്റെ കക്ഷക്കുഴിയിലെ വിയർപ്പുവട്ടത്തിലൂടെ തടിച്ചുരുണ്ട കൊഴുപ്പിലേക്ക് വക്രദൃഷ്ടിയോടെ സന്ദീപ് ചുരുളാൻതുടങ്ങും. ബോർഡിലപ്പോൾ രാസപരിണാമ പ്രക്രിയയുടെ ഒരു വൻ കുതിപ്പുതന്നെ നിറഞ്ഞുകിടക്കുന്നത് അവൻ ശ്രദ്ധിക്കാറേയില്ല.

ഇടവേളകളിൽ മൂത്രമൊഴിപ്പ് കഴിഞ്ഞ്, മൂത്രപ്പുരയ്ക്ക് പുറകിലും,

ക്ലാസ് മുറിയുടെ മൂലയിലുംനിന്ന് സഹപാഠി അബുവുമായി പെൺത ളിർമേനികളിൽ സംഭവിക്കുന്ന ഭൗതികമാറ്റങ്ങളെക്കറിച്ചുള്ള അറിവ് പകു ക്കലായി പിന്നീട് സന്ദീപിന്. അത് കൂടുതൽ ആഴങ്ങളിലേക്ക് നൂണി റങ്ങി അവയവഭംഗികൂടിയവരെയും അതുമുളയ്ക്കാത്തവരെയും വേർതി രിച്ചുള്ള വേവലാതിയോടെ അബു പറഞ്ഞു.

‘‘നോക്കൂ, സന്ദീപ് കഴിക്കുന്ന ഭക്ഷണത്തിലെ കൊഴുപ്പടിയുമ്പോ ഴാണ് മുഴപ്പുകൾ ഉണ്ടാകുന്നതെന്ന് തോമാ മാഷ്ടെ ഉദ്ധരണികളിൽനി ന്നും നമുക്കൂഹിക്കാം അല്ലേ?’’

എന്നാൽ അന്നക്കുട്ടി ടീച്ചറുടെ രാസപരിണാമ പ്രക്രിയയുടെ പാഠ ഭാഗം ചുവടുപിടിച്ച് ഏതെങ്കിലുമൊരു ആസിഡിൽ ലയിച്ചുചേരാനുള്ള ചോരവടിവുകളുടെ ആകത്തുകയാണ് നമ്മുടെ വീക്ഷണങ്ങളെന്ന് സന്ദീപ് പറഞ്ഞപ്പോൾ അബുവിനും അത് സമ്മതിക്കേണ്ടിവന്നു. സന്ദീ പപ്പോൾ തന്റെ കിടക്കമുറികളെ അളന്നു തിരിക്കുന്ന ചുവരുകൾക്കപ്പുറം നിന്ന് വീശിയടിക്കുന്ന സീൽക്കാരങ്ങളെക്കുറിച്ച് അബുവിനോട് ഉൽക്കണ്ഠപ്പെട്ടു. ഉറക്കങ്ങൾക്കിടയിൽ ചുവരുകൾപോലുമില്ലാത്തതിന്റെ കെടുതിയനുഭവിക്കുന്ന അബു അപ്പോൾ പറഞ്ഞു.

‘‘ശരീരഭാഗങ്ങൾ ലോഹദണ്ഡുകളാണ് സന്ദീപേ. അവകൾ പര സ്പരം ഉരസുമ്പോൾ ഘർഷണം സംഭവിക്കുക സ്വാഭാവികം. തന്മൂലം ഉളവാകുന്ന ഊഷ്മാവ് വൈദ്യുതപ്രവാഹമാകുമ്പോൾ തന്മയത്വമായി പുറപ്പെടുവിക്കുന്ന ശബ്ദതരംഗങ്ങളാണ് സീൽക്കാരങ്ങൾ’’ എന്ന് ഫിസിക്സ് മാസ്റ്റർ രാജപ്പൻ സാറിനെപ്പോലെ അബു പറഞ്ഞപ്പോൾ, വാക്യങ്ങളിൽ എന്തോ തികവുകിട്ടാതെ കണ്ണുമിഴിച്ച് പോയ സന്ദീപി നെകണ്ട് അലിവ് തോന്നിയ അബു പുസ്തകസഞ്ചിയിലെ കണക്കുപു സ്തകത്താളിൽ ഒളിപ്പിച്ചുവച്ച ഒരു ഡി വി ഡി പുറത്തെടുത്ത്, ചുറ്റും നോക്കി ഒതുക്കത്തിൽ സന്ദീപിന് കൊടുത്തുകൊണ്ട് പറഞ്ഞു.

‘‘ശ്രദ്ധിക്കണം... തീപ്പൊരിയാണ്... നമ്മുടെ ചിന്തകളുടെ ആകത്തു കയാണിത്.... നാളെ കൊണ്ടുവരണം സാബുവിന് കൈമാറാനുള്ള താണ്.’’ തുടർന്നുള്ള ദിവസങ്ങളിൽ സന്ദീപ് പെൺശരീരവടിവുകളുടെ ദൃഷ്ടിദോഷത്തിൽ വല്ലാതെ ചതയാൻ തുടങ്ങിയിരുന്നു. അപ്പോഴാണ് ആനിതോമസ് നെലോളിച്ചുപോയത്.

ഭീതിദവദനയായ ആനിതോമസപ്പോഴും ഒന്നും മനസ്സിലാകാത്തവ ളായി, ‘ഈ ചെക്കനെന്തുപറ്റിയേ.... ഈ ചെക്കനെന്തുപറ്റിയേ.’ എന്നു മാത്രം വിലപിച്ചുകൊണ്ടിരുന്നു.

പലപ്പോഴും മാതൃമുഖത്ത് ദൃഷ്ടിയിടാനാവാതെ ഒരൊളിപ്പോരാളി യെപ്പോലെ അവൻ മുറികളിലും ഇടനാഴികളിലും പതുങ്ങിയിരുന്നു. എന്നിട്ട് പപ്പയുടെയും, മമ്മിയുടെയും മറയില്ലാത്ത സ്നേഹനാടകങ്ങ ളുടെ.... ഉരസലുകളുടെ പ്രോട്ടോപ്ളാസം കണ്ടുപിടിക്കണമെന്ന ഉദ്ബു ദ്ധിയേടെ വല്ലാതെ ചികഞ്ഞുകേറി. രാത്രികളിൽ കണ്ടുപിടുത്തങ്ങളുടെ പുതിയ രാസപ്രക്രിയകളിലേക്കിറങ്ങിച്ചെന്ന് ചേർക്കാത്ത കതകിന്റെയും

താക്കോൽ പഴുതിലൂടെയും മാതൃ-പിതൃശരീര ദണ്ഡുകൾ പരസ്പരം ഉരസി തീചീറ്റുന്ന കാഴ്ചകളുടെ ക്വഥനാങ്ക ഊഷ്മാവ് തട്ടിയവൻ ചോര വാർന്ന് വിലക്ഷണക്കേടിൽ വേട്ടയാടപ്പെട്ടുകൊണ്ടിരുന്നു.

സന്ദീപ് സൺഡേ സ്കൂളിലെ ഉല്പത്തിപ്പുസ്തകത്തിന്റെ ഉള്ളറ കളിലേക്കും ചിറകുവിടർത്തിയിരുന്നു. ആദിയിൽ ആദം നഗ്നനായിരു ന്നുവല്ലോ! അപ്പോൾ ഹവ്വയും അങ്ങനെതന്നെ വെറും ഇലമറവുകളിൽ. അവരുടെ ആദിസംയോജനത്തിന്റെ കഥകേൾക്കാൻ തരപ്പെടാതെ സ ന്ദീപിന് ഒരുപാട് സംശയങ്ങൾ പിന്നെയും പിന്നെയും ബാക്കിയായിരുന്നു.

സാത്താൻ എന്തിന് പാമ്പിന്റെ രൂപത്തിൽ വിശുദ്ധസ്ഥലമായ ഏദൻ തോട്ടത്തിലെത്തി? വിശന്നപ്പോൾ ഒരു പഴം ഭക്ഷിച്ചതിന് ഇത്രമാത്രം ക്രൂരത ദൈവംകാട്ടരുതായിരുന്നുവെന്നും അവൻ വേദനപ്പെട്ടു. അപ്പോൾ തുടക്കംമുതലേ പ്രലോഭനങ്ങൾ മനുഷ്യനെ വേട്ടയാടിയിരുന്നില്ലേ? ഇതൊക്കെ അവൻ അബുവിനോട് സംവാദിച്ച് അവസാനം ഉത്തരംകി ട്ടാതെ പിരിയുകയാണുണ്ടായത്.

കത്തനാര് പിറക്കുന്ന രംഗം സ്വപ്നം കണ്ട് നിത്യവും ആനിതോ മസ് ഉന്മാദത്തിലേക്ക് പ്രവേശിച്ചുകഴിഞ്ഞിരുന്നു. അന്നേരം ഉന്മാദാവ സ്ഥയിൽ പാലിക്കേണ്ട ചില നിയമങ്ങളെക്കുറിച്ചൊരു നീണ്ട പ്രബന്ധ മെഴുതി ഒരു ഗവേഷക വിദ്യാർത്ഥിയുടെ പരിവേഷത്തോടുകൂടി സന്ദീപ് അത് കമ്പ്യൂട്ടർചിപ്പുകളിലേക്ക് സേവ് ചെയ്ത് കേറ്റി. അതിനു കീഴെ എൻ ബി എന്നിട്ടശേഷം ഒരു ലഘുകുറിപ്പുകൂടി അവൻ ചെറിയ അക്ഷ രത്തിൽ എഴുതിച്ചേർത്തു.

അതിങ്ങനെയായിരുന്നു:

അന്തരീക്ഷമർദ്ദത്തിൽ മനുഷ്യശരീരത്തിന്റെ ദ്രവണാങ്കവും, ഖര ണാങ്കവും തിട്ടപ്പെടുത്താത്തതിനാൽ സ്ഥിരോഷ്മാവ് ബാഷ്പീകരണ ലീനതാപമാക്കി മാറ്റപ്പെടുമ്പോൾ ബഹിർഗമന പ്രകാശ സുഷിരങ്ങ ളെല്ലാം കാലോചിതമായി ബന്ധിക്കപ്പെടേണ്ടതാണ്. മറ്റൊന്ന് ഒരു ഭിന്ന സംഖ്യയുടെ ഛേദവും അംശവും രണ്ടാണെന്നതുപോലെ, ഒരു മട്ടത്രി കോണത്തിന്റെ പരിവൃത്തകേന്ദ്രം കർണ്ണത്തിന് മദ്ധ്യഭാഗത്ത് മാത്രമാ യിരിക്കണം. ബഹിർഭാഗത്ത് രൂപപ്പെട്ടാൽ ഗണിത ശാസ്ത്രപ്രകാരം അത് തെറ്റുതന്നെയാണ്.

പിന്നീട് രണ്ട് കാര്യങ്ങളിൽമാത്രം സന്ദീപ് ഉറച്ചുനിന്നു.

ഒന്ന്: കൺകോണുകളുടെ പ്രത്യേകതരത്തിലുള്ള ആഴ്ന്നിറങ്ങലു കൾക്ക് പെൺശരീരവടിവുകൾ കാരണമാകുന്നതിനാൽ പ്രത്യേക ലയന സിദ്ധാന്തങ്ങൾ കാലോചിതമായി അംഗീകരിക്കപ്പെടേണ്ടതാണ്. രണ്ട്: കൗമാര വിവരാവകാശ നിയമം വിദേശികൾക്കു മാത്രമാകാതെ ആസ ക്തികൾ വേട്ടയാടപ്പെടുന്നവരുടെ ആവലാതികൾകൂടി പരിഗണിച്ച് ചർച്ച ചെയ്യപ്പെടേണ്ട ഒരു പൊതുവിഷയമാണ്.

പൊടുന്നനെ ആനിതോമസ് സന്ദീപിന്റെ മുമ്പിൽ പ്രത്യക്ഷപ്പെട്ട്, ഭരണങ്ങാനത്തുനിന്നെത്തിയ ചെമ്മാച്ചനാകാനുള്ള എൻട്രൻസ് കത്ത്

പൊക്കിക്കാട്ടി തിരയിളക്കിക്കൊണ്ടിരുന്നു.

"കുട്ടാ, നാളെയാണ് യാത്ര. എല്ലാം ഒരുക്കിക്കൊള്ളൂ.. നിന്റെ ഉന്മേഷക്കുറവ് മാറ്റാനുള്ള പ്രത്യേക ട്രെയിനിങ്ങിന് ഞാൻ ഫാദർ മിഖായേലിന് എഴുതിയിട്ടുണ്ട്."

അതുകേട്ടതോടുകൂടി ഭ്രാന്തെടുത്ത സന്ദീപ്, ഉറക്കം നഷ്ടപ്പെട്ടവനായി.

അന്നു രാത്രിയിൽ കണ്ടുപിടുത്തങ്ങളുടെ വേവലാതിയോടെ അവൻ അടുക്കളഭാഗത്തേക്കുള്ള ഇരുട്ടിലൂടെ തപ്പിത്തടയാൻ തുടങ്ങി.

അടുക്കളയ്ക്കപ്പുറം ചാരിയ കതകുമുറിയിൽ നിലത്തുവിരിച്ച തഴപ്പായയിൽ ദ്രാവകാവസ്ഥയിൽ ഉരലാകൃതി തുളുമ്പിപ്പോയ വേലക്കാരിയുടെ ശരീരഭാഗങ്ങൾ ക്വഥനാങ്കത്തിലൂടെ പഠനവിധേയമാക്കാനുള്ള ആവേശത്തിൽ അവളോടു ചേർന്നു.

പിന്നീട് അപകടവഴികളിലൂടെ പിരിഞ്ഞു കേറി.

ഉടലറിഞ്ഞ നിമ്നോന്നതങ്ങളിലൂടെയുള്ള യാത്രയിൽ അവൻ മഹാപുരുഷനായി.

പൊടുന്നനെ കലിയടങ്ങിക്കിടന്ന നിമിഷം, അവന്റെ കാതുകളിൽ ആരോ മന്ത്രിച്ചുകൊണ്ടിരുന്നു.

അറിവിന്റെ ആദ്യാക്ഷരങ്ങൾ അറിയിച്ചവളുടെ ശേഷിപ്പുകളൊന്നും ബാക്കിവയ്ക്കാതെയാവണം ഇനി നിന്റെ യാത്ര.

അന്നേരം, തളിരായിക്കിടന്ന പെണ്ണുടലിനു മുകളിലെ മൃദുവായ മാംസക്കുഴലിൽ ഇരുകൈകളും ചേർത്തമർത്തി ഉടലും തലയും രണ്ടായി പകുത്തുകൊണ്ട് സന്ദീപ് പിരിച്ചെഴുത്തിന്റെ മാത്തമാറ്റിക്സിലേക്ക് കടന്നു.

പിന്നീട് രൗദ്രത്തിലേക്ക് കുതിച്ചുയർന്ന് പൊങ്ങിത്താണു.

അനന്തരാമനും ഉണ്ടൻപൊരിയും

ഒരാൾ ഒറ്റയ്ക്ക് ഒരു ദിശയിലേക്കു മാത്രം നോക്കിനില്ക്കുകയാണെങ്കിൽ അയാളെ പ്രതിമ എന്ന് വിളിച്ചുകൊള്ളണം; ഒരു ദിശയിലേക്ക് മാത്രം നോക്കിക്കിടക്കുന്നുവെങ്കിൽ ശവമെന്നും. ഇത്തരമൊരു ശവാസന പ്രക്രിയയിൽ അനന്തരാമൻ അചേതന വസ്തുവായി തന്റെ പഴകിയ കട്ടിലിൽ കിടക്കുകയാണ്. കുറച്ചു ദിവസങ്ങളായി ഇങ്ങനെ ഒരേകിടപ്പു തന്നെയാണയാൾ, മച്ചിലെ ചുക്കിലിവലയും അതിൽ ഇരപിടിക്കുന്ന എട്ടുകാലിയെയും ഭയചകിതനായി വീക്ഷിച്ചുകൊണ്ട്.

ആരോടും മിണ്ടാട്ടമില്ല. സമയത്ത് ഭക്ഷണമില്ല. ഒരേയിരിപ്പ്, ഒരേ കിടപ്പ് ഒരേ നോട്ടം. ഈ അവസ്ഥാവിശേഷത്തിലേക്കുള്ള ചുവടുമാറ്റത്തിൽ അനന്തരാമന്റെ അമ്മ വല്ലാതെ സങ്കടപ്പെട്ടു.

പൊള്ളിവീർത്ത അനന്തരാമന്റെ വലതു കൈപ്പത്തിയിൽ കോഴിനെയ്യ് പുരട്ടി അമ്മ അനക്കാതെ വച്ചിരിക്കയാണ്. അമ്മ ഇടയ്ക്കിടെ വന്ന് അതിൽ ഊതുകയും പിന്നെ കരയുകയും, സഹിക്കവയ്യാതെ വിതുമ്പുകയും ആശ്വസിപ്പിക്കയുമൊക്കെ ചെയ്യുന്നുണ്ട്.

അനന്തരാമൻ ഇപ്പോളിങ്ങനെയാണ്; ചുറുചുറുക്കും ഉത്സാഹവുമെല്ലാം ആ മുഖത്തുനിന്ന് തുടച്ചു മാറ്റപ്പെട്ട് ഒരു രോഗിയെപ്പോലെ, ആരോടും പരിഭവമോ ദേഷ്യമോ പ്രകടിപ്പിക്കാതെ സ്വയം വേദനിക്കുന്ന പ്രകൃതമായി മാറിയിരിക്കുന്നു അയാൾ. ചേരിയിലെ വീടിന്റെ ഓരം ചേർന്ന് സൈക്കിൾ തട്ടുകട അനങ്ങാതെ നില്ക്കുകയാണ്. അത് പുറത്തിറക്കിയിട്ട് ദിവസങ്ങളായിരിക്കുന്നു. വിണ്ടുകീറിയ ഭിത്തിയുടെ ഒറ്റപ്പാളി മരയഴികൾക്കിടയിലൂടെ കായൽക്കാറ്റ് അയാളെ തഴുകിത്തലോടി. കായൽ മണം ചൂഴുന്ന കൊച്ചു വീടിന്റെ മരയഴികൾക്കിടയിലൂടെ അകലെ ഒച്ചയുണ്ടാക്കിപ്പായുന്ന മത്സ്യബന്ധന ബോട്ടുകൾ കാണാം. ബോട്ടിളക്കുന്ന വെള്ളത്തിന്റെ ശക്തിയിൽ മരവാഴകൾ കരയിലടിച്ച് 'പ്ളം' ശബ്ദമുണ്ടാക്കി തുള്ളിത്തുള്ളിക്കളിക്കുന്നു. മുറ്റത്ത് പൊളിഞ്ഞ്

ദ്രവിക്കുന്ന മീൻതോണിയുടെ അവശിഷ്ടങ്ങൾ ചിതറിക്കിടപ്പുണ്ട്.

കഴിഞ്ഞ മാസമായിരുന്നു അനന്തരാമന്റെ വിവാഹം.

അമ്മ വളരെ നിർബ്ബന്ധിച്ചതിനുശേഷവുമായിരുന്നു അത്. വിവാഹത്തിന്റെ ആർഭാടങ്ങളൊന്നുമില്ലാതെ സുന്ദരിയായ സേതുലക്ഷ്മി അയാളുടെ ജീവിതത്തിലേക്ക് കടന്നുവരികയായിരുന്നു. അതിനുശേഷമാണ് തന്റെ മകൻ ഇങ്ങനെയൊക്കെയായതെന്ന് ആ അമ്മ നൊമ്പരപ്പെട്ടു. എവിടെയോ ചില കുഴമറിച്ചിലുകൾ സംഭവിച്ചിരിക്കുന്നു. ചോദിച്ചാലും 'കമാന്ന്' ഒരക്ഷരം അനന്തരാമൻ മിണ്ടിയിരുന്നില്ല.

അനന്തരാമന് വല്ലാത്ത അപകർഷതയും സങ്കടവും നുരയുകയാണ്. എല്ലാ വിഷമങ്ങളും ഉള്ളിലടക്കി ആളുകളുടെ മുഖത്ത് നോക്കാനാവാതെ ഉമിപോലെ വേവുന്ന അവസ്ഥയിലായിരുന്നു അയാൾ.

ആരെയും വിശ്വസിക്കരുത്. ചിരിക്കുന്ന മനുഷ്യരുടെ ഉള്ളെല്ലാം കറുപ്പാണ്.

മനുഷ്യരെക്കുറിച്ചുള്ള അസാധാരണമായ ചിന്തകൾ അയാളെ സദാസമയവും ഉടക്കിവലിച്ചുകൊണ്ടിരുന്നു. പുറത്തെ പേരമരക്കൊമ്പിലിരുന്ന് ഒരു കാക്ക ജനലഴിയിലൂടെ ഒളിഞ്ഞ് അയാളെ നോക്കി പരിഹസിച്ച് കരയുന്നു. അയാൾ അതിനെ തുറിച്ചുനോക്കി ആട്ടിയോടിച്ചു.

നഗരത്തിളപ്പിലെ, പ്രധാന റോഡിൽ, ഫുട്പാത്തിൽ ഉണ്ടൻപൊരിയും ചായയും വില്ക്കുന്ന ജോലിയായിരുന്നു അനന്തരാമന്. സായംസന്ധ്യകളിൽ പുഴുക്കളെപ്പോലെ നുരയ്ക്കുന്ന മനുഷ്യരെ നോക്കി തിളയ്ക്കുന്ന എണ്ണയിലേക്ക് ഉണ്ടൻപൊരിയുടെ കുഴ ഒരു പ്രത്യേക താളത്തിൽ അയാൾ ഊർത്തിയിടും. കൃത്യമായ വലുപ്പത്തിലും സ്ഥിരമായ രുചിഭേദത്തിലും മൊരിഞ്ഞ് പൊന്തുന്ന ഉണ്ടൻപൊരിയും ചായയും കഴിക്കാൻ ആളുകളുടെ തിരക്കു തന്നെയാണ്. പതിവുകാരാണ് ഏറെയും. പരിപ്പുവടയും, മുട്ടവടയും, പഴംപൊരിയുമുണ്ടെങ്കിലും അനന്തരാമന്റെ ഉണ്ടൻപൊരിയോടായിരുന്നു ആളുകൾക്ക് ഏറെ പ്രിയം. ചുറ്റുവട്ടത്തുള്ള കടകളിൽനിന്ന് സ്ഥിരം കഴിപ്പുകാരുണ്ട്. ഒരു ചെറിയ കളിപ്പന്തോളം വലിപ്പമുള്ള ഉണ്ടൻപൊരി നോക്കി ചിലർ ചോദിക്കും:

"അനന്തരാമാ ഇത്ര കൃത്യമായ വലുപ്പത്തിലും രുചിക്കൂട്ടിലും എങ്ങനെയാണ് നീയിതൂർത്തുക?"

അന്നേരം അനന്തരാമൻ വെറുതെ ചിരിക്കുകമാത്രം ചെയ്യുന്ന 'കുശ്മാണ്ട'മാകും. ഒപ്പം, നിർവൃതിയോടെ തന്റെ ജോലി തുടരുകയും ചെയ്യും.

മനസ്സിന്റെ ഏകാഗ്രത. ജീവനകല എന്നൊന്നും പറയാൻ അനന്തരാമന് അറിയില്ലായിരുന്നു.

ചില വിദേശികൾ 'ബർമുഡ' വലിച്ചുകേറ്റി അനന്തരാമന്റെ ഉണ്ടൻപൊരി തിന്നാൻ വരും. ചിലർ ഉണ്ടൻപൊരി പൊക്കിപ്പിടിച്ച് എന്തൊക്കയോ ചില സംശയങ്ങൾ അനന്തരാമനോട് ചോദിക്കുന്നതും കാണാമായിരുന്നു.

അവർക്കത് ചില്ലറത്തുട്ടിന്റെ മികച്ച അത്ഭുതവും രുചിത്തരവുമാണ്.

വിവാഹിതനായശേഷം ഒരുദിവസം സേതുലക്ഷ്മിയേംകൂട്ടി വരുമ്പോഴാണ് അനന്തരാമൻ വിവാഹിതനായ വിവരം പതിവുകാർ അറിയു

ന്നത്. അനന്തരാമൻ വിവാഹിതനായതിൽ അവർക്ക് അസ്സഹനീയതയും ആനന്ദവുമുണ്ടായി. കാരണം, അനന്തരാമൻ കറുത്തിട്ടായിരുന്നു. സേതുലക്ഷ്മി വെളുത്ത്, നല്ല സുന്ദരി. ചിരിയോ താമരയിതൾപോലെ. ചിലർ പറഞ്ഞതിങ്ങനെയാണ്.

പെട്ടിക്കടയിൽ അവൾ അനന്തരാമനെ സഹായിക്കാനായി എത്തുമായിരുന്നു. വെയിൽ ചായുമ്പോൾ ചായക്കുള്ള പാൽ അവളാണ് വാങ്ങിക്കൊണ്ടുവരിക. അനന്തരാമൻ വിവാഹിതനായതിൽ പതിവുകാർക്ക് ഉന്മേഷക്കൂടുതലുണ്ടായിരുന്നു. സേതുലക്ഷ്മി സുന്ദരിയായതിൽ അസമാധാനവും.

അവർ ചിന്തിച്ചത് അനന്തരാമന് ഇത്രയും സുന്ദരിയായ ഒരു പെണ്ണ് എന്തിനാണ്? എന്നാണ്. ചുരിദാറിനുള്ളിൽ സേതുലക്ഷ്മീടെ അച്ചടക്കമില്ലാത്ത ഇളക്കങ്ങൾ കണ്ട് ചായകഴിപ്പുകാർക്ക് ചില പ്രശ്നങ്ങൾ വരെ ഉണ്ടായിക്കൊണ്ടിരുന്നു. അതറിഞ്ഞ് പ്രദർശനവസ്തുക്കൾക്കിടയിൽ ഉണ്ടൻപൊരിയുടെ കാഴ്ച നഷ്ടപ്പെടുമോയെന്നുപോലും അനന്തരാമൻ ഭയന്നുതുടങ്ങി.

സേതുലക്ഷ്മീടെ വരവ് സമയം നോക്കി ചായ കഴിക്കാനെത്തുന്ന പതിവുകാര് കൂടി. അവർ പറയുന്നത്, വെയിൽ ചായുമ്പോൾ ചായയ്ക്ക് രുചികൂടുമെന്നാണ്.

അവർ അനന്തരാമനോട് ഇടതടവില്ലാതെ സംസാരിക്കാൻ ശ്രമിച്ചുകൊണ്ടിരുന്നു.

“അനന്തരാമന്റെ ഭാര്യേടെ പേരന്താ?... എവിടെയാ വീട്... ജാതിയേതാ.... അനന്തരാമൻ ഭാഗ്യവാനാണ്.” എന്നിങ്ങനെയൊക്കെ തുടങ്ങുകയായി.

പാവപ്പെട്ട പെൺകുട്ടികളുടെമേൽ പുരുഷന്റെ ഒരു കണ്ണ് അധികമായി ഉണ്ടാകുമെന്ന തിരുവെഴുത്ത് അങ്ങനെ നിറവേറുകയായിരുന്നു.

ആദ്യമൊക്കെ അനന്തരാമൻ വെറുതെ ചിരിച്ചുതള്ളുകയായിരുന്നു പതിവ്. പിന്നീടത് അസ്വസ്ഥതയിലേക്കും വൈകാരികമായ ചില പ്രശ്നങ്ങളിലേക്കും നീങ്ങിയപ്പോൾ, സേതുലക്ഷ്മിയോട് ഇനി കടയിൽ വരേണ്ടെന്ന് അയാൾ തന്നെയാണ് പറഞ്ഞത്.

ആദ്യമവൾക്കതിന്റെ പൊരുൾ മനസ്സിലായില്ലെങ്കിലും പിന്നീടത് അവളും ഗ്രഹിച്ചെടുക്കയായിരുന്നു.

സേതുലക്ഷ്മി വരാതായപ്പോൾ ആളുകളുടെ ചോദ്യങ്ങൾ ഇങ്ങനെ നീണ്ടുപോയി.

“ഇന്നു സേതുലക്ഷ്മിയെ കണ്ടില്ലല്ലോ അനന്തരാമാ!”

ചോദ്യംകേട്ടാൽ അവളെ കാണാനാണ് അവർ വരുന്നതെന്നുപോലും തോന്നിപ്പോയി അനന്തരാമന്.

സേതുലക്ഷ്മിക്ക് സുഖാണോ...അനന്തരാമാ?

അവൾക്ക് വയറ്റിലുണ്ടോ അനന്തരാമാ?

കുട്ടിയെന്തായിരിക്കുമെന്നാ കരുതുന്നത്?

ആദ്യമൊക്കെ, എന്തുകേട്ടാലും നിയന്ത്രണം വിടാതെ അനന്തരാമൻ ഉണ്ടൻപൊരിയുടെ ഗോതമ്പുകുഴ ഞെക്കിവീഴ്ത്തുമായിരുന്നു, തിളച്ച എണ്ണയിലേക്ക്. പിന്നെപ്പിന്നെ കൂട്ടും കുഴയും തെറ്റി ഉണ്ടൻപൊരിയുടെ

ആകൃതി നഷ്ടപ്പെടുകയായിരുന്നു.

നിഷ്കളങ്കർ അധികപ്പറ്റാവുന്ന നഗരത്തിന്റെ തിളപ്പിലേക്കായിരുന്നു അനന്തരാമൻ കൂപ്പുകുത്തിയത്. കത്തിമുനപോലുള്ള പതിവുകാരുടെ വാക്കും ചിരിയും പെരുകി അതയാളെ അസ്വസ്ഥപ്പെടുത്തിക്കൊണ്ടിരുന്നു.

പൊടുന്നനെയാണ് പതിവുകാർ അത്ഭുതപ്പെട്ടുപോകുന്നത്! അനന്തരാമന്റെ ഉണ്ടൻപൊരികളെല്ലാം വികൃതമാവാൻ തുടങ്ങിയിരിക്കുന്നു. ആകൃതി നഷ്ടപ്പെട്ട അവകൾ രുചിയിലും വ്യത്യാസപ്പെട്ട്, ചിലതെല്ലാം പരന്ന് കുഷ്ഠം ബാധിച്ചതുപോലെ. ചായയ്ക്കും രുചി വ്യത്യാസം.

പതിവുകാർക്ക് ആവലാതിയായി.

''അനന്തരാമാ, എന്തുപറ്റി ഉണ്ടൻപൊരികൾക്ക്? ഇവയൊന്നും തിരിച്ചറിയാനേ കഴിയുന്നില്ല!''

അപ്പോഴാണ് അയാളുടെ ഭാര്യ മറ്റാരുടെയോ കൂടെ ഒളിച്ചോടിപ്പോയ വിവരം അവർ അറിയുന്നത്. സേതുലക്ഷ്മിയെപ്പറ്റി ചോദിച്ച ഒരു മദ്ധ്യവയസ്കനോട് അനന്തരാമൻ ആ രഹസ്യം പറയുകയായിരുന്നു. അയാൾ അടുത്തുള്ള ചെറിയ സ്വർണ്ണക്കടയിലെ സെയിൽസ്മാനായിരുന്നു. അയാളാണ് അക്കാര്യം മറ്റുള്ളവരെ വേദനയോടെ അറിയിച്ചത്.

"അനന്തരാമന്റെ സേതുലക്ഷ്മി ആരുടെയോ കൂടെ ഒളിച്ചുപോയീട്ടോ."

അതുകേട്ട ചിലർ പൊട്ടിച്ചിരിച്ചു.

സ്വത്വം നഷ്ടപ്പെട്ട ഉണ്ടൻപൊരികളെ നോക്കി സഹിക്കവയ്യാതെ അനന്തരാമൻ കണ്ണുകൾപൂട്ടി. പിന്നീട് എത്ര ശ്രമിച്ചിട്ടും ഉണ്ടൻപൊരികൾക്ക് പഴയ രൂപവും ഭാവവും രുചിയുമുണ്ടാക്കാൻ അനന്തരാമന് കഴിഞ്ഞിരുന്നില്ല എത്രയേറെ പരിശ്രമിച്ചിട്ടും.

ആളുകൾ ഉണ്ടൻപൊരിയുടെ ലക്ഷണക്കേടും സേതുലക്ഷ്മിയുടെ ഒളിച്ചോട്ടവും തമ്മിൽ ബന്ധപ്പെടുത്തി ഓരോന്നും പറഞ്ഞു ചിരിച്ചുകൊണ്ടിരുന്നു. തട്ടുകടയിൽ വരുന്നവർ ഇപ്പോളതൊരു ചർച്ചാവിഷയമാക്കിയിരിക്കുന്നു.

"അനന്തരാമന്റെ ഭാര്യ മറ്റൊരാളുടെകൂടെ ഒളിച്ചോടിപ്പോയി."

ചിലർക്ക് വിശദമായി കാര്യങ്ങൾ അറിയണം.

ദാമ്പത്യത്തിൽ എന്തെങ്കിലും പ്രശ്നങ്ങൾ? പുതിയ ആൾ ചെറുപ്പമാണോ?

പതിവുകാരുടെ ഇത്തരം ചോദ്യശരങ്ങൾക്ക് മറുപടി പറയാനാവാതെ അയാൾ തലകുനിച്ചു തുടങ്ങി. അനന്തരാമന്റെ നില്പും ഭാവവും കണ്ട് മനസ്സിൽ ഊറിച്ചിരിക്കുന്നവരായിരുന്നു ഏറെയും.

പിന്നീട് ആ സംഭവം അയാൾത്തന്നെ പറഞ്ഞു പരത്തുക പതിവായി.

അന്നേരം ഒരു നിർവൃതിയോ മുഖത്ത് പ്രകടമാവാത്ത പ്രതികാരമോ ഒക്കെ അയാളുടെ വാക്കുകളിൽനിന്ന് തള്ളിത്തള്ളി വരുമായിരുന്നു.

ചോദിച്ചവരോടെല്ലാം അനന്തരാമൻ ഇപ്രകാരം പറഞ്ഞു കൊണ്ടേയിരുന്നു.

''അതേ സത്യമാണ്, അവൾ ഒരു യുവാവിന്റെ കൂടെപ്പോയി.''

"ആരാണാ ഭാഗ്യവാൻ?" ചിലർ ചോദിച്ചു.

അനന്തരാമന്റെ ദുഃഖത്തിൽ പങ്കുചേരുംപോലെ മറ്റു ചിലർ ഇങ്ങനെയാണ് ആശ്വസിപ്പിച്ചുകൊണ്ടിരുന്നത്.

"അവൾ പോയാ പോട്ട് അനന്തരാമാ... ഈ ഭൂമീല് വേറെ പെണ്ണുങ്ങളില്ലേ."

"അല്ലെങ്കിലും അവൾ അനന്തരാമന് ചേരില്ല. ആ നോട്ടവും ഭാവവും അത്ര ശരിയല്ലെന്ന് എനിക്ക് തോന്നിയിരുന്നു."

അങ്ങനെയാണ് അനന്തരാമന്റെ ഉണ്ടൻപൊരിക്ക് ഷെയ്പുകെട്ടതും സഹിക്കവയ്യാതെ വലതുകൈ തിളച്ച എണ്ണയിലേക്ക് മുക്കി പതിവുകാരെ ഭയപ്പെടുത്തിയതും.

എന്നിട്ടയാൾ വേദനയോടെ പൊട്ടിപ്പൊട്ടിക്കരയുകയായിരുന്നു.

"എന്റെ സേതുലക്ഷ്മി പോയേ."

പിറ്റേന്നുമുതൽ പതിവുകാർക്ക് അയാളെ കാണാൻ കഴിഞ്ഞിരുന്നില്ല.

ഭാര്യ പോയ ദുഃഖത്തിൽ അയാൾ കച്ചവടം നിർത്തിയെന്നും, മറ്റെവിടേക്കോ കച്ചവടംമാറ്റിയെന്നുമൊക്കെ, പതിവുകാർ പറഞ്ഞുപരത്തി ചിരിച്ചുകൊണ്ടിരുന്നു.

അമ്മ വ്യഥയോടെ അനന്തരാമന്റെ അടുത്ത് വന്നുംപോയുമിരുന്നു. സ്പൂണിൽ കോരിയ കഞ്ഞിക്ക് വാ തുറക്കാത്തതിൽ അയാളുടെ അമ്മ കണ്ണു നനച്ചു. അയാൾ ഒന്നു മിണ്ടിയിരുന്നെങ്കിലെന്ന് അവർ ദുരിശപ്പെട്ടു.

പൊള്ളിവീർത്ത കൈ ആ അമ്മ ഊതുകയാണ്.

അനന്തരാമൻ കായൽക്കരയിലുടെ പോകുന്ന ടൂറിസ്റ്റ് സംഘങ്ങളെ നോക്കി സങ്കടത്തോടെ കിടന്നു. അക്കരെ തുരുത്തിൽ കായൽക്കരയിൽ പൊന്തുന്ന അത്യന്താധുനിക ഫ്ളാറ്റ് ചൂണ്ടി അവർ എന്തൊക്കെയോ അതിശയപ്പെടുന്നുണ്ടായിരുന്നു.

പുറത്ത് കായലിൽ തിരയിളക്കം കൂടിയപ്പോൾ അത് തന്നെ മാടി വിളിക്കുന്നതായി അനന്തരാമന് തോന്നി. അത് വേലിയേറ്റത്തിന്റെ ആരവമാണ്.

അന്നേരം പെരുത്തുകേറിയ ഒരവബോധം അനന്തരാമനെ ചുറ്റി വരിഞ്ഞു. അയാൾ എഴുന്നേറ്റു പുറത്തേക്ക് നടന്നു. ബോട്ടടുപ്പിക്കാൻ കായലിലേക്ക് നീട്ടിപ്പണിത മരപ്പലക ചവിട്ടി അതിന്റെ തുമ്പിലേക്കെത്തിയ അനന്തരാമൻ അതിന്റെ ആഴം മനസ്സിൽ കണക്കുകൂട്ടി. പത്താൾ.. പതിനഞ്ചാൾ...

അപ്പോൾ അമ്മയുടെ വിളി പുറകിൽ കേട്ടു.

"അനന്തരാമാ നീയെന്താ അവിടെ നിക്കുന്നേ?"

അയാൾ വാക്കുകൾക്കുവേണ്ടി തപ്പിയിട്ട് ചുണ്ടുകൾ വിറപ്പിച്ചു.

"അവൾ... അവൾ....."

അമ്മയ്ക്ക് ആധിയായി അവർ ചോദിച്ചു:

"ആര്.... നിനക്കെന്തുപറ്റി അനന്തരാമാ....വരൂ. അവൾ അടുക്കളയിൽ ഉണ്ടൻപൊരി ചുടുകയാണ്."

അയാളുടെ വലതുകൈയിൽ പിടിച്ച് വലിച്ചുകൊണ്ട് അമ്മ അടുക്കളയിലേക്ക് നടന്നു.

ജേക്കബ്ബ് ജോണിന്റെ ചിരിക്കൂത്തുകൾ

ഒരാൾ എങ്ങനെയാണ് സ്വയം കത്തിക്കിരയാവുന്നത്.

ഒരു നോട്ടക്കുറവുകൊണ്ട് അല്ലെങ്കിൽ, ആകസ്മികമായി വന്നുചേരാനിടയുള്ള ചില ജീവിതയാഥാർത്ഥ്യങ്ങളുടെ പിരിമുറുക്കങ്ങളിൽ നിന്ന്.

അത്തരമൊരു തിരിച്ചറിവിന്റെ ആഴത്തിലേക്ക് വീണുപോകുകയായിരുന്നു ജേക്കബ്ബ് ജോൺ.

ഇങ്ങനെയൊക്കെ പറഞ്ഞാൽ എങ്ങനെയാണ് മനസ്സിലാവുക അല്ലേ?

അതുകൊണ്ട് ഇങ്ങനെ പറഞ്ഞുതുടങ്ങാം.

ജേക്കബ്ബ് ജോൺ ഒരു ചിരിയനായിരുന്നു. എന്തു പറഞ്ഞാലും വലിയ വായിൽ വെറുതെ ചിരിക്കുന്നവൻ. എന്തുകേട്ടാലും അയാൾ അങ്ങനെതന്നെ. എത്ര വേദനാജനകവും കരയിപ്പിക്കുന്നതുമായ കാര്യങ്ങളായിക്കൊള്ളട്ടെ അത് പറയാൻ തുടങ്ങുമ്പോൾത്തന്നെ അയാൾക്ക് ചിരി പൊട്ടിവരുമായിരുന്നു.

ഉദാഹരണത്തിന്, കഴിഞ്ഞ വർഷമായിരുന്നു അയാളുടെ സ്വന്തം അച്ഛൻ ഇട്ടിക്കോര ഹാർട്ട് അറ്റാക്ക് വന്ന് മരണമടഞ്ഞത്. അക്കാര്യം മറ്റുള്ളവരോട് സൂചിപ്പിച്ചപ്പോൾ അയാളുടെ ചുണ്ടുകളിൽ വേദനയുടെ ഒരു ചിരി തൂങ്ങിനില്പുണ്ടായിരുന്നു. ഇങ്ങനെ, സ്വകാര്യബാങ്കിൽ നിക്ഷേപിച്ച പണം നഷ്ടപ്പെട്ടപ്പോഴും, ഭാര്യയുടെ അച്ഛന്റെ കാലിൽ ബസിന്റെ പിൻചക്രം കയറി ഗുരുതരാവസ്ഥയിൽ ഹോസ്പിറ്റലിൽ പ്രവേശിപ്പിക്കപ്പെട്ടപ്പോഴും ജേക്കബ്ബ് ജോണിന്റെ മുഖത്ത് ചിരിയുണ്ടായിരുന്നു. എന്തുകൊണ്ടാണ് ഈ മനുഷ്യൻ ഇങ്ങനെയെന്ന് എല്ലാവരും ചിന്തിച്ചിട്ടുണ്ട്.

നിഷ്കളങ്കൻ, എന്തിനെയും നേരിടാൻ കെല്പുള്ളവൻ.

അങ്ങനെയായിരുന്നു ചിലരുടെയെങ്കിലും ധാരണ. മറ്റുചിലർ അയാ

ളുടെ വിഡ്ഢിച്ചിരികളെ മനസ്സിൽ ശപിച്ചുകൊണ്ട് ചിലത് പറയുക മാത്രം ചെയ്തു. ഇങ്ങനെ, ഭൂകമ്പമോ തീവ്രവാദി ആക്രമണമോ ബിസിനസ് നഷ്ടമോ കർഷക ആത്മഹത്യയോ... എന്തും ആയിക്കൊള്ളട്ടെ അതിനെയൊക്കെ ചിരിച്ചുകൊണ്ടുമാത്രം നേരിടുക ജേക്കബ്ബ് ജോണിന്റെ മാത്രം പ്രത്യേകതയായിരുന്നു.

ഓരോ മനുഷ്യനും ഇങ്ങനെ അവനവന്റെ ദൗർബ്ബല്യങ്ങൾക്ക് ഇരയാവുമ്പോഴാണ് അനിവാര്യമായ ചില ഓർമ്മപ്പെടുത്തലുകൾ അയാളെ തേടിവരിക.

അപ്പോഴാണ്, ഗൗരവമെന്ന് നമ്മൾ കണ്ടെത്തുന്ന ചില പ്രക്രിയകളിലൂടെ അയാളും സഞ്ചരിക്കുക.

കഥ തീരുന്നില്ല.

ബോളിവുഡ്, ഹോളിവുഡ്, മോളിവുഡ് സിനിമകളൊക്കെ ജേക്കബ്ബ് ജോണിന് വലിയ പ്രിയമായിരുന്നു. എങ്കിലും ആക്ഷൻ മലയാളചിത്രങ്ങളോട് അയാൾ വലിയ മമത വച്ചുപുലർത്തിയിരുന്നു. അതൊക്കെ എത്ര കണ്ടാലും മതിവരാത്തപോലായിരുന്നു ജേക്കബ്ബ് ജോണിന്റെ കാഴ്ചകളെല്ലാം.

അയാളുടെ പ്രിയപ്പെട്ട ആക്ഷൻചിത്രങ്ങളിൽ ബോംബ് സ്ഫോടനങ്ങളും സ്റ്റണ്ടും സൂപ്പർഡയലോഗുകളും കടന്നുവരുമ്പോൾ വലിയ ചിരിയോടെയും മനം നിറഞ്ഞ ഇളക്കത്തോടെയും ആവും അയാൾ എഴുന്നേറ്റുനിന്ന് വിസിൽ മുഴക്കി...........

അങ്ങനെ.. അങ്ങനെയിടി.. ഇങ്ങനെയിടി.. എന്നും വിളിച്ചു കൂവുന്നത്.

അപ്പോഴൊക്കെ മക്കളായ സൻജുവും, സിൻജുവും അയാൾക്കകമ്പടിയായി ഇരുവശങ്ങളിലും ഇരിപ്പുണ്ടാകും, അയാളേക്കാൾ ഊർജ്ജസ്വലരായി സിനിമകളിലെ ചില ഡയലോഗുകളും മറ്റും ഉരുവിട്ടുകൊണ്ട്.

ഉദാഹരണത്തിന്. 'നീ പോ മോനെ ദിനേശാ....'

'യൂ ഷിറ്റ്.' 'യെവൻ പുലിയാണ് കേട്ടാ. '

സൻജു അഞ്ചിലും സിൻജു ഏഴിലുമാണ് പഠിക്കുന്നത്. സമൃദ്ധമായ തീറ്റക്കൊഴുപ്പുള്ള കുട്ടികളുടെ കവിളിലും തുടയിലും ആവശ്യത്തിലധികം മാംസവും തൂങ്ങിയിരുന്നു. സ്കൂളില്ലാത്തപ്പോഴും ഒഴിവു ദിനങ്ങളിലും ആക്ഷൻചിത്രങ്ങളുടെ സി ഡി കൾ, ടി വി യിൽ ആവർത്തിച്ചു കാണുക ജേക്കബ്ബ് ജോണിന്റെയും മക്കളുടെയും പ്രധാന ഹോബിയായിരുന്നു. നിങ്ങൾക്ക് ആരാകണമെന്ന് ചോദിച്ചാൽ. സിനിമകളിലെ ചില സൂപ്പർ സ്റ്റാറുകളുടെ പേരുകളായിരിക്കും അവർ വിളിച്ചു പറയുക.

സുരേഷ് ഗോപി...മമ്മൂട്ടി...

അന്നേരം അയാൾ പൊട്ടിച്ചിരിച്ചുകൊണ്ട് 'ഫാ പുല്ലേ' എന്നു പറയുകയായി. ആ നടത്തവും അനുകരിക്കുമായിരുന്നു. അതുകണ്ട് കുട്ടികൾ ആർത്തു ചിരിക്കയും സൂപ്പർ, ഉഗ്രൻ എന്നൊക്കെ പറഞ്ഞ് ചിരിക്കൊഴുപ്പ് കൂട്ടുകയുമായിരുന്നു പതിവ്.

ചിലനേരങ്ങളിൽ കുട്ടികളുമൊത്ത് ചീട്ട് കളിക്കുകയും തോറ്റവരുടെ

ചെവികളിൽ ഈർക്കിലിൽ കോർത്ത മച്ചിങ്ങ കുണുക്ക് തൂക്കി പൊട്ടിച്ചിരിക്കയും ജേക്കബ്ബ് ജോണിന്റെ വിനോദ പരിപാടികളിൽ മറ്റൊരിനമായിരുന്നു. കുട്ടികളുടെ ഇഷ്ടങ്ങൾ നോക്കുന്ന അവരുടെ ഒരാഗ്രഹത്തിനും എതിര് നില്ക്കാത്ത, ഉത്തമനായ ഒരച്ഛനാണ് താനെന്ന് അയാൾ സ്വയം ഗർവ്വ് നടിക്കുമായിരുന്നു.

അന്നേരം ഭാര്യയാണ് പലപ്പോഴും ദേഷ്യപ്പെടുക.

''നിങ്ങളീ കുട്ട്യോളെ ചീത്തയാക്കും.''

അതിനു മറുപടിയായി അവൾക്കുനേരെ തോക്കുചൂണ്ടുംപോലെ വിരൽവച്ച് ജേക്കബ്ബ് ജോൺ വെടിയുതിർക്കും.

''ടിഷ്യും..... ഇനി ശബ്ദിക്കരുത്. ശബ്ദിച്ചാൽ തട്ടിക്കളയും.''

പിന്നെ തോക്ക് താഴ്ത്തി പൊട്ടിച്ചിരിച്ചുകൊണ്ട് പറയും,

''എടീ മണ്ടീ അവർ ബുദ്ധിയുള്ളോരാ.. നിന്നെപ്പോലല്ല.. മിടുക്കന്മാരുമാണ്. കുട്ടികൾ എല്ലാമറിഞ്ഞിരിക്കണം... പഠനംമാത്രം പോരാ... ഒപ്പം കളിയും ചിരിയുമെല്ലാം കുട്ടികളുടെ വളർച്ചയ്ക്ക് അനിവാര്യമാണ്.''

അതുകേൾക്കേ കുട്ടികളും അയാളോടൊപ്പം ചേർന്ന് അവൾക്ക് നേരെ നിറയൊഴിച്ച് കളിക്കുകയായി. ടിഷ്യു.. ടിഷ്യു...

അവളന്നേരം എന്തെങ്കിലുമൊക്കെ പിറുപിറുത്തുകൊണ്ട് വിഷമത്തോടെയാവും അടുക്കളയിലേക്ക് പിന്തിരിയുക. ടി വിക്കു മുമ്പിലന്നേരം ചില സിനിമകളിലെ സൂപ്പർഡയലോഗുകൾ പറഞ്ഞുള്ള അച്ഛന്റെയും കുട്ടികളുടെയും പൊട്ടിച്ചിരികൾ ഡൈനിങ് ഹാളിലെ മുറിയിൽ മുഴങ്ങിക്കേൾക്കുമായിരുന്നു അവൾ.

തിയറ്ററുകളിൽ ആക്ഷൻ ചിത്രങ്ങൾ റിലീസ് ചെയ്യുന്ന അന്നുതന്നെ കുട്ടികളെയും കൂട്ടി അയാൾ പോകുമായിരുന്നു. മറ്റൊരുദിവസമെന്ന് ജേക്കബ്ബ് ജോണിന്റെ നിഘണ്ടുവിൽ തന്നെ ഇല്ലായിരുന്നു. ഫാമിലി ചിത്രങ്ങൾ കാണാൻ അയാൾ ഒരിക്കലും താല്പര്യപ്പെട്ടിരുന്നില്ല: എത്ര സൂപ്പർഹിറ്റായി തിയറ്ററുകളിൽ നിറഞ്ഞോടിയാലും.

കിടപ്പറയിൽവച്ച് ഭാര്യ അതൊക്കെ വല്ലാത്ത വിഷമത്തോടെയാവും അയാളിലേക്ക് പകരുക. അതുകേൾക്കെ അയാൾ പൊട്ടിച്ചിരിച്ച് പറയും.

''ഫാമിലിച്ചിത്രങ്ങൾ മനുഷ്യരെ കരയിപ്പിക്കാനുള്ളതാണ്. പക്ഷേ, മനുഷ്യൻ ചിരിച്ച് ചിരിച്ച് മരിക്കേണ്ടവനാണ്. ഫാമിലി ചിത്രങ്ങൾ ദുർബ്ബലർക്കാണ് ഉപകരിക്കുക.''

പിന്നെ അയാൾ നിർത്താതെ ചിരിതുടങ്ങുകയായി. അന്നേരമവൾ മാടപ്രാവിനെപ്പോലെ ഹൃദയം അയാളുടെ നെഞ്ചിലേക്ക് ചേർത്തുവച്ച് സ്വന്തം ദുഃഖങ്ങൾ കുടഞ്ഞുകളയുകയായിരുന്നു പതിവ്.

ഇങ്ങനെയൊക്കയായിരുന്നു അവരുടെ ജീവിതം.

രാവിലെതന്നെ ടിവിയിൽ അയാളുടെ പ്രിയപ്പെട്ട സൂപ്പർസ്റ്റാറിന്റെ ഒരു ആക്ഷൻസിനിമയുള്ളതുകൊണ്ട് അയാൾ അതിനുമുമ്പിലായിരുന്നു ഇരിപ്പ്.. പതിനൊന്നുതവണ കണ്ടിട്ടും, പുതിയ കാഴ്ചക്കാരനെപ്പോലെ.. ആകാംക്ഷയോടെ ആ മുഖം.. കുട്ടികൾക്ക് സ്കൂളുണ്ടായിട്ടും 'അച്ഛായി

ച്ചിരിനേരമെന്ന്' യാചിച്ച് അവരും അയാളുടെ ഇരുവശങ്ങളിലും ഇരിപ്പുറപ്പിച്ചുകഴിഞ്ഞിരുന്നു. കാഴ്ചയ്ക്കിടയിൽ ജേക്കബ്ബ് ജോൺ ഒരു ആപ്പിൾ കഷണങ്ങളാക്കി മുറിച്ച് കത്തിമുനയിൽ കോർത്ത് തിന്നുകൊണ്ടിരുന്നു. പതിവുപോലെ സൂപ്പർ രംഗങ്ങൾ വന്നപ്പോൾ ജേക്കബ്ബ് ജോൺ വികാരപരവശനാകുകയും എഴുന്നേറ്റ് വിസിൽ മുഴക്കി കൈയടിക്കുകയും ചെയ്തുതുടങ്ങിയിരുന്നു.

കുട്ടികളും അന്നേരം അയാളെ അനുകരിച്ച് വിസിൽ മുഴക്കിക്കൊണ്ടിരുന്നു; ഒരു റിലീസ് ചിത്രം തിയറ്ററിൽ കാണുന്നതുപോലെതന്നെ. ഇടയ്ക്കയാൾ കുട്ടികളുടെ നേർക്ക് തിരിഞ്ഞ് സൂപ്പർ സ്റ്റാറിനെ അനുകരിച്ചു ചില ഡയലോഗുകൾ വീശി. കുട്ടികൾ തിരിച്ചും. അപ്പോഴാണ് കുട്ടികൾ കണ്ടത്, അച്ഛന്റെ കൈത്തണ്ടയിൽ ചാലുകീറുന്ന ചോരപ്പാട്.

അവർ ആർത്ത് ചിരിച്ചു.

"അയ്യോ അച്ഛന്റെ കൈയേല് ചോര ..കൈയേല് ചോര!"

അയാൾ ശ്രദ്ധിച്ചു......ശരിയാണ് കൈത്തണ്ട നീളത്തിൽ പോറി മുറിഞ്ഞിരിക്കുന്നു. അബദ്ധത്തിൽ കത്തിമുനകൊണ്ടതാണ്!

അയാൾ ചോരയിൽ നക്കി.

അപ്പോഴും കുട്ടികൾ ആർത്തുചിരിച്ചു.

"അയ്യേ അച്ഛൻ ചോരകുടിക്കുന്നേ."

അപ്പോൾ ഭാര്യ വെപ്രാളത്തോടെ അടുക്കളയിൽനിന്നും ഒരു തുണിക്കഷണവുമായി ഓടിവന്നു. ആ സമയം അയാൾ ചോര സ്വന്തം ഉടുമുണ്ടിൽ തുടച്ചുകഴിഞ്ഞിരുന്നു.

അവളുടെ വെപ്രാളംകണ്ട് അയാൾ പൊട്ടിച്ചിരിച്ച് പറഞ്ഞു.

"പേടിക്കാനൊന്നുമില്ല അറിയാതെ കത്തിയൊന്ന് പോറിയതാണ്." അവൾ ഭയന്നുപോയി. റിമോട്ടിലും ആപ്പിൾ കഷണങ്ങളിലും സോഫാസെറ്റിയുടെ പിടിയിലുമെല്ലാം ചോര വീണിരിക്കുന്നു.

ജേക്കബ്ബ് ജോൺ അതൊന്നും ഗൗനിക്കാതെ വീണ്ടും സ്ക്രീനിലെ ആക്ഷൻ രംഗങ്ങളിലേക്ക് ശ്രദ്ധവച്ചു കഴിഞ്ഞിരുന്നു.

കുട്ടികൾ സ്ക്രീനിലേക്ക് ചൂണ്ടി വിളിച്ചു പറഞ്ഞു:

"ദേ അച്ചാ നമ്മുടെ സുരേഷ്ഗോപി തോക്കെടുത്തു."

അയാൾ ആവേശത്തോടെ കൈയടിക്കാൻ തുടങ്ങുമ്പോഴായിരുന്നു പൊടുന്നനെ സ്ക്രീനിനുതാഴെ എറുമ്പുകളെപ്പോലെ ഫ്ളാഷ് ന്യൂസ് തെളിഞ്ഞു വന്നുകൊണ്ടിരുന്നത്.

ആ എറുമ്പുകൾ വരിവരിയായി സഞ്ചരിക്കുകയാണ്.

"രാജ്യത്തെ പ്രധാന നഗരങ്ങളിലെല്ലാം തീവ്രവാദി ആക്രമണങ്ങൾ..."

കുട്ടികൾ അതും ചൂണ്ടിച്ചിരിച്ചു.

"നോക്കച്ചാ പിന്നേം ബോംബ് പൊട്ടീന്ന്."

സ്ഫോടനങ്ങളുടെ വിശദവിവരങ്ങളും മരിച്ച ആളുകളുടെ എണ്ണവും കൃത്യമായും എറുമ്പുകളായി വന്നുകൊണ്ടിരുന്നു.

ഹോ... ജേക്കബ്ബ് ജോണിന് ആവേശമായി കൂടുതൽ വിവരങ്ങളറിയാൻ. അയാൾ വാർത്താചാനലിലേക്ക് പൊടുന്നനെ റിമോട്ടമർത്തി.

തകർന്നുപോയ തെരുവിന്റെ വിവിധദൃശ്യങ്ങൾ. ചോരയിൽ കുളിച്ച മനുഷ്യർ..... ചിതറിയ മൃതശരീരങ്ങൾ.... ജേക്കബ്ബ് ജോൺ ഉള്ളിൽ ദുഃഖത്തോടെ ആശ്ചര്യപ്പെട്ട് ചിരിച്ചുപോയി.

വാർത്താകാരൻ എല്ലാം വിവരിക്കുകയാണ്.

കുട്ടികൾ പറഞ്ഞു: ''സിനിമവെക്കച്ചാ ഇപ്പോൾ സ്റ്റണ്ട്സീനാണ്.''

അയാൾ സിനിമയിലേക്ക് വീണ്ടും ചാനൽ മാറ്റിയപ്പോൾ സ്റ്റണ്ടിനടിയിൽ വീണ്ടും ഫ്ളാഷ് ന്യൂസ് തെളിഞ്ഞുതെളിഞ്ഞു വന്ന് വീണ്ടും എറുമ്പുകളായി.

ഇത്തവണ തെളിഞ്ഞത് കുട്ടികളുടെ സ്കൂളിലും ആരോ ബോംബ് വച്ചു എന്ന വാർത്തയായിരുന്നു.

ജേക്കബ്ബ് ജോൺ ഭയന്നെങ്കിലും ചിരിച്ചുപോയി.

''മൈ ഗോഡ്.''

കുട്ടികൾ ആർത്തുചിരിച്ചു. അവർ വിളിച്ചു പറഞ്ഞു:

''ഞങ്ങടെ സ്കൂളിലും ബോംബുവന്നേ.''

അയാൾ ഉൽക്കണ്ഠാകുലനായി വാർത്താചാനൽ വീണ്ടും പരിശോധിക്കുകയായിരുന്നു.

അപ്പോഴാണ് പുറത്ത് മുറ്റത്ത് ഒരു പൊലീസ് ജീപ്പ് അതിവേഗത്തിൽ വന്നു ബ്രേക്കിട്ടത്.

ജേക്കബ്ബ് ജോൺ അത് കണ്ടു. പൊലീസുകാർ വീടിനുള്ളിലേക്ക് വെടിച്ചില്ലുപോലെ പാഞ്ഞുകയറുകയായിരുന്നു.

കാര്യമറിയാതെ അയാളും ഭാര്യയും അന്ധാളിച്ചുപോയി. എങ്കിലും അയാൾ ചിരിച്ചു.

അവർ അയാളെ ചോദ്യം ചെയ്യാൻ തുടങ്ങി.

അയാളുടെ മൊബൈലിൽനിന്നും പോയ ഭീഷിണിയുടെ സന്ദേശത്തിന് ഉത്തരം പറയാനാവാതെ ആ തല കുനിഞ്ഞുപോയി.

ജേക്കബ്ബ് ജോൺ ഒന്നും മിണ്ടിയില്ല. ആ കണ്ണുകൾ നനഞ്ഞു.

കൂടുതൽ ചോദ്യംചെയ്യലിനായി അയാളെ പൊലീസുകാർ വാഹനത്തിനുള്ളിലേക്ക് പ്രവേശിപ്പിക്കുമ്പോൾ കുട്ടികളുടെ ഉച്ചത്തിലുള്ള ചിരി ജേക്കബ്ബ് ജോൺ പുറകിൽ കേട്ടു.

''ഞങ്ങടെയച്ചനെ പൊലീസു പിടിച്ചേ....

ഞങ്ങടെയച്ചനെ പൊലീസു പിടിച്ചേ.....''

അയാളപ്പോൾ ഉടുമുണ്ടിൽ തെളിഞ്ഞ ചോരക്കറ നോക്കി ഇങ്ങനെ വിലപിച്ചു:

''എങ്ങനെയാണിതൊന്ന് കഴുകിക്കളയുക?''

തീപിടിച്ച വാതിൽ

ഇരപിടിക്കാനെന്നപോലാണ് രാത്രി പതുങ്ങിവന്നത്. അരങ്ങൊഴിഞ്ഞ കളിക്കളംപോലെ വീട് ശാന്തമായിരിക്കുന്നു. വിവാഹത്തിന്റെ മംഗളങ്ങൾ നേർന്ന് അവസാനത്തെ ആളും പോയി. ഇപ്പോൾ, വീടെന്ന ഒറ്റമുറിയിലെ പഴകിപ്പൊളിഞ്ഞ ഫോം ബെഡ്ഡിൽ സിസിലയും മജേഷും മുകളിൽ മേഞ്ഞ ടാർഷീറ്റിലേക്ക് നോക്കി പ്രതിമകളെപ്പോലെ കിടപ്പാണ്. അതിന്റെ ചെരിവുകെട്ട വെള്ളപ്പാത്തി അവിടവിടെ വികൃതമായിരിക്കുന്നു.

ആദ്യരാത്രിയുടെ ചൂടൊന്നും മജേഷിൽ ഉണർന്നിരുന്നില്ല.

'മജേഷ് വെഡ്സ് സിസില' എന്ന് തെർമ്മോക്കോളിൽ വെട്ടിയ അക്ഷരങ്ങൾക്കുമേൽ പതിപ്പിച്ച സീക്ക്വണുകൾ ഇരുട്ടിലും തിളങ്ങുന്നു. സിസിലയാണ് കാറിൽനിന്നും അത് അഴിച്ചെടുത്ത് ഭിത്തിയിൽ തൂക്കിയത്.

മജേഷ് ശബ്ദമില്ലാതെ കിടക്കുകയായിരുന്നു. തങ്ങൾക്ക് അനുവദിച്ചു കിട്ടിയ സമയത്തിന് തീ പിടിപ്പിക്കേണ്ടതിനുപകരം അചേതന വസ്തുവായി കിടക്കുന്ന മജേഷിനെ സിസില ശരീരംകൊണ്ട് കുത്തി.

പുറത്ത് ചേരിക്കുമേൽ രാത്രിയെ തുരന്ന് വെളിച്ചത്തുണ്ടുകൾ നക്ഷത്രങ്ങളായി ചിരിക്കുകയാണ്. എവിടെനിന്നോ ഒഴുകിവന്ന സിനിമാ സംഗീതത്തിന് ഇരുട്ടും വെളിച്ചവും വഴിമാറിക്കൊടുക്കുന്നു.

ഗുദാസെ.. മന്നത്ത് ഹേ മേരി.....

ലോട്ടാസെ..ജന്നത്ത്വോ മേരി...

ഉറക്കം കിട്ടാത്ത ചിലർ അങ്ങനെയാണ്. മറ്റു ചിലർ ഒച്ചയില്ലാതെ കരയുന്നുണ്ടാവും. അപ്പുറത്തെ മുറിയിൽനിന്ന് ചിരുതത്തള്ളേടെ പ്രാക്ക് പൊന്തുന്നുണ്ട്. കിടക്കാനിടമില്ലാതെ അവർ നില്ക്കുകയാവാം. നരകത്തിലെപ്പോലെ അലർച്ചയും പല്ലുകടിയുമൊക്കെ ചേരിയുടെ പ്രത്യേകതകളാണ്. ഒരേസമയം ചേരി നിഷ്കളങ്കരെയും ദുഷ്ടന്മാരെയും ജനി

പ്പിക്കുന്ന ഇടവുമാണ്. എല്ലാവരും കാലത്തിന്റെ ഇരകൾ; ജീവിതത്തി ന്റെയും. നേടാനൊന്നുമില്ലാത്തവർ ജീവിതംകൊണ്ട് കണക്കു തീർക്കു കയാണ്. ചിരിക്കുന്നവർക്കേ നഗരത്തിൽ രക്ഷയുള്ളൂ. അവർ ഓട യിൽനിന്ന് ചോരകുടിക്കാനായി പൊന്തുന്ന കൊതുകുകളെപ്പോലാണ്, തരംകിട്ടിയാൽ കൊമ്പുകൾ ആഴ്ത്തും.

കുറച്ചുനേരം മുമ്പാണ് അടുത്ത മുറിയിലെ താമസക്കാരിയായ മുത്തുലക്ഷ്മിയമ്മ മുറിയിൽനിന്ന് പോയത്. അവർ വർത്തമാനം പറ ഞ്ഞാൽ തീരില്ല. ഭർത്താവ് മരിച്ചതിൽ പിന്നെ കെട്ടിടം പണിക്ക് പോകുക യാണ് അവരുടെ ജോലി. അവരെ ഒഴിവാക്കാൻ അമ്മ വളരെയേറെ കഷ്ട പ്പെട്ടിരുന്നു. അതിനുശേഷമാണ് ചോറും തിന്ന് അമ്മയും, സഹോദരിയും പുറത്തെ ഇരുളിലേക്ക് ഊളിയിട്ടത്; മകന്റെയും ഭാര്യയുടെയും സ്വകാ ര്യതയ്ക്ക് ആശംസകൾ നേർന്ന്. അന്നേരം അവരുടെ മുഖങ്ങളിലെ വികാരങ്ങൾ തന്നെ ആഴങ്ങളിലേക്ക് വലിച്ചെറിയുകയായിരുന്നുവെന്ന് മജേഷ് ഓർത്തു.

പുറത്ത് ചുടലക്കാട്ടിലെ പ്രേതങ്ങളെപ്പോലെ വാഹനങ്ങൾ രാത്രി മുഴുവൻ കരച്ചിലാണ്. ഒരൂടുവഴിപോലും നിശ്ശബ്ദമല്ലാത്ത പ്രേതഭൂമി യാണ് നഗരം. അവിടെ എങ്ങനെയാണ് അമ്മയും സഹോദരിയും കിട ക്കുക? വെളിച്ചം ശാപമാകുന്ന ഒരു നിമിഷത്തിലായിരുന്നു മജേഷ്. മെടല തുളച്ച പുറത്തെ സ്ട്രീറ്റ് ലൈറ്റിന്റെ വെളിച്ചപ്പൊട്ടിന് കഴുകൻ കണ്ണുണ്ട്, സ്ത്രീയും പുരുഷനും ഒന്നിച്ചുകിടക്കുന്ന മുറി തേടിയുള്ള ക്യാമറക്ക ണ്ണാണ് എല്ലായിടത്തും. അത് മറയ്ക്കാൻ മജേഷ് വീഞ്ഞപ്പെട്ടിയുടെ പൊളിയടർത്തി തിരുകിവച്ചു.

മുറിക്കുള്ളിലെ ഘനീഭവിച്ച ഇരുട്ടിൽ മജേഷ് തണുത്തുറഞ്ഞു പോകുന്നതിൽ സിസില വേദനിച്ചു. ഏറെ നേരമായിട്ടും അയാൾ ശബ്ദി ക്കാത്തതിൽ അവൾ വിസ്മയിച്ചു. കരുതിവച്ച ചായക്കൂട്ടുകളെല്ലാം ആരോ പറത്തിക്കളയുന്നു. സ്നേഹത്തിന്റെ ഒരു വിളിക്കുവേണ്ടി അവളപ്പോൾ ദാഹിച്ചു.

‘‘മജേഷ് നീയെന്താണ് ഒന്നു മിണ്ടുകപോലും ചെയ്യാത്തത്, ഞാൻ നിന്നോടിങ്ങനെ ചേർന്നുകിടന്നിട്ടും.’’

സിസിലയുടെ വിവാഹസാരിയിൽനിന്നും, ഏതോ പെർഫ്യൂമിൽ കുളിച്ച വിയർപ്പിന്റെ ഗന്ധംപൊന്തി. അതയാൾ മൂക്കു വിടർത്തിവലിച്ചെ ടുത്തു. വിവാഹ സാരിയും ആഭരണങ്ങളും അവൾ അഴിച്ചുവച്ചിരുന്നില്ല. എവിടെയാണ് അതൊന്ന് അഴിച്ചുവയ്ക്കുക. അതിന് സ്ഥലവും സന്ദർഭവും തിരഞ്ഞ അവളോട് മജേഷ് പറഞ്ഞിരുന്നു:

‘‘സിസിലാ.... ഇങ്ങനെതന്നെ മതി രാത്രി മുഴുവൻ. ഞാനും വസ്ത്രം മാറുന്നില്ല.

നഷ്ടപ്പെട്ടുപോകുന്നതൊക്കെ കൊതിതീരെ കാണാനുള്ള ആർത്തി യായിരുന്നു മജേഷിന്. ആഭരണങ്ങൾ മുഴുവൻ ഇമിറ്റേഷനായിരുന്നു, താലിയൊഴികെ. ഒരു സ്വർണ്ണപ്പണിക്കാരന്റെ മകൾക്ക് ഒത്തിരി ലിമിറ്റേ ഷൻസ് ഉണ്ടെന്ന് അന്നാണവളും മനസ്സിലാക്കിയത്.

അവൾ പറഞ്ഞു. "മജേഷ് നിനക്കോർമ്മയില്ലേ... നമുക്കനുവദിച്ചു കിട്ടിയ സമയം, എനിക്കിനി നിന്റെ ശബ്ദത്തിന്റെ മാധുര്യം മാത്രമാണ് ആശ്രയം അതെങ്കിലുമെനിക്ക് കേക്കണം പ്ലീസ്....."

അവൾ കരച്ചിലിന്റെ വക്കോളമെത്തിയിരുന്നു. അപ്പോഴാണ് അവൾക്ക് മനസ്സിലായത് അയാൾ എഴുന്നേറ്റിരിപ്പാണ്. മജേഷ് പറഞ്ഞു:

"സിസിലേ നീ ശ്രദ്ധിച്ചോ അകലെയൊരു ശബ്ദം മൂർച്ച വെച്ച് കേറുന്നത്; അതൊരു വലിയ കടൽ ഞണ്ടാണ്."

നാലു വശങ്ങളിലേക്കും അനായാസം തിരിഞ്ഞ് സർവ്വതിനേയും തിന്ന് നശിപ്പിക്കുന്ന ആ വൃത്തികെട്ട ജീവിയുടെ മുരൾച്ച കുറച്ചുനാളായി മജേഷിന്റെ ഉറക്കം കെടുത്തിയിരുന്നു. ചേരിയിലൂടെ കണ്ടെയ്നർ പാളത്തിന്റെ പണി രാത്രിയിലും തുടരുകയാണ്. പാളത്തിലൂടെ ട്രെയിലർ ഇടയ്ക്കിടെ ഉരുണ്ട് കൂരകൾക്കുമേലെയാണ് ഓടിച്ചുപോകുന്നത് എന്ന് തോന്നും.

ഉരുക്കുപാളങ്ങൾ കൂട്ടിമുട്ടുന്ന ശബ്ദം ചേരിയെ നടുക്കുന്ന അസ്വസ്ഥതയാണ്. ഇരുളിലൂടത് ചെവിയെ തുളച്ച് ഉറക്കത്തെ പിളർത്തിക്കളയുന്നു. പതിനാറ് ചക്രങ്ങളുള്ള വലിയ ട്രെയിലർ ലോറിയിലാണ് പാളങ്ങൾ കൊണ്ടുവരിക.

അത് വരട്ടെ, വന്ന് തന്റെ നെഞ്ചിലൂടെ കയറിയിറങ്ങട്ടെയെന്ന് സിസിലയും ആശിച്ചു.

നഗരവികസനങ്ങൾക്കുവേണ്ടി പൊളിച്ചെറിഞ്ഞ ചേരിയുടെ ശവക്കൂനകളാണ് അപ്പുറത്ത്. അതിനിടയിലൂടെ പാളം നീണ്ടു നീണ്ട് വരുകയാണ്.

ഇവിടെനിന്നും, തുരത്തപ്പെടുന്നവർ വാഗ്ദാനങ്ങൾ തിന്നാണിപ്പോൾ വിശപ്പടക്കുന്നത്. പ്രതിരോധത്തിന്റെ ശക്തി കുറയുമ്പോൾ തൂത്തെറിയാൻ കാത്തിരിക്കുന്നവരാണ് ചുറ്റും. വികസനമെന്നാൽ കൂരകൾ പൊളിയണം. തത്ത്വം അംഗീകരിച്ചാൽ മൂർദ്ധാവിൽ ചുംബനം. അല്ലെങ്കിൽ മൂരാച്ചി മുദ്ര. ആരെയാണ് വിശ്വസിക്കുക? സംരക്ഷിക്കേണ്ടവർതന്നെ കൈയിൽ കുരുക്കുമായി നടക്കുന്നു. ചേരികൾ ചരിത്രത്തിന്റെ ഭാഗമല്ല എന്നവർ വിശ്വസിക്കുന്നു, അത് അവസ്ഥാന്തരങ്ങളിലൂടെ സഞ്ചരിക്കുന്നു. സിരകളിലൂടെ നുരയുന്ന ജീനുകളുടെ ഭാവമാണ് ചേരികൾക്ക്. അനുഭവങ്ങൾ ഒരിക്കലും അവയെ പാഠം പഠിപ്പിക്കുന്നില്ല.

പെട്ടെന്ന് പെരുമ്പറ അടിച്ച് മഴ കൂരയ്ക്കുമേലെ പാഞ്ഞുപോയി. തകരമറയുടെ ഇളകിയ കൊളുത്ത് ആരോ വേർപെടുത്തും പോലെ കാറ്റിൽ ഒന്നിളകി. പുറത്ത് വാതിലിനോടു ചേർന്ന് ഓവുചാലിനു മുകളിൽ പട്ടികയും വീഞ്ഞപ്പെട്ടിപ്പലകയും ചേർത്തടിച്ചു കൂട്ടിയ രണ്ടടി കിടക്കയിൽ പ്രായം ചെന്ന് രോഗശയ്യയിലായ അപ്പന്റെ കൊരവിളി കേൾക്കാം. ചാച്ചിറക്കം റോഡിലേക്ക് അല്പം നീണ്ടിരുന്നു, അതിനടിയിലാണ് ചാക്കുമറയുണ്ടാക്കി തുണിയിൽ പൊതിഞ്ഞ് അപ്പൻ കിടക്കുന്നത്. അയാളുടെ ഒച്ച മജേഷിന്റെ നെഞ്ചിലൂടെ കയറിത്തുളഞ്ഞു. അപ്പുറം ഏതെങ്കിലും മാടക്കടയുടെ ചാക്കുമറയ്ക്കുള്ളിൽ ഒറ്റപ്പുതപ്പിൽ ഇരുളിലേക്ക് തുറിച്ചു

നോക്കി കിടക്കുകയാവാം അമ്മയും സഹോദരിയും. മകന്റെ സ്വപ്നങ്ങൾ ഉടയാതിരിക്കാൻ ഒരമ്മയുടെയും സഹോദരിയുടെയും സഹനം.

ചൂടുപിടിച്ച പെൺശരീരവുമായി സിസില വേവാൻ തുടങ്ങിയിരുന്നു. അവൾക്കറിയാം ഏതു നിമിഷവും മജേഷിന്റെ അമ്മയും സഹോദരിയും തകരമറ തള്ളിത്തുറന്ന് കേറി തങ്ങളോട് ചേർന്ന് കിടന്നേക്കാം.

ടാർഷീറ്റുകളുടെ പാത്തിയിലൂടെ വെള്ളം കുതിക്കുന്ന ശബ്ദം. പഴക്കംചെന്ന ഷീറ്റിന്റെ തുളയിലൂടെ ഇറ്റിയ തുള്ളികൾ മജേഷിനെയും സിസിലയെയും നനച്ചു. കൊക്കിച്ചുമയ്ക്കുന്ന അപ്പന്റെ ശബ്ദം ഏറിയിട്ടുണ്ട്.

അത് ഓലമറയ്ക്കപ്പുറം മഴ കൊണ്ടുപോയിക്കൊണ്ടിരുന്നു.

മജേഷ് ഓർത്തു. മുറിയൊഴിഞ്ഞ് പുറത്തേക്ക് പോയവരുടെ ഉള്ള് കരഞ്ഞിരുന്നോ? അതോ ചിരി ഒളിപ്പിച്ചോ അറിയില്ല. രാത്രി ചിലർക്ക് കണ്ണീരും ചിലർക്ക്, ആഹ്ളാദവുമാണ്.

കൊതുകുവലകെട്ടാൻപോലും ഇടമില്ലാത്ത മുറിയുടെ മൂലയിൽ കൊതുകുതിരി പുകയുകയാണ് സ്വയം ചാരമാകാൻ. ചുറ്റും കുടിയൊഴിഞ്ഞവരുടെ വിലാപങ്ങൾ കേൾക്കാം. വാഗ്ദാനങ്ങളുടെ ഇരകൾ. പൊളിഞ്ഞുപോയ തെരുവിന്റെ ഒരു മൂലയിൽ ബാക്കിയായ അഞ്ചു മുറികളുള്ള ഒരു വീട്. അതിൽ അഞ്ച് കുടുംബങ്ങൾ, അതിലൊരു മുറിയാണ് മജേഷിന്റേത്. തുണിയിട്ട് വേർതിരിച്ച ഒരുഭാഗം അടുക്കളയായി ഉപയോഗിക്കുന്നു. അവിടെനിന്നും കള്ളിപ്പൂച്ചയുടെ കലം പരതുന്ന ഒച്ച പെരുക്കുന്നുണ്ട്. അത് ബാക്കിയായ ഇറച്ചിപ്പാത്രത്തിൽ തലയിടുകയാവും.

ഓരോമുറിയിലും ജീവിച്ചു കൊതിതീരാത്തവരുടെ വിലാപവും പല്ലുകടിയുമാണ്.

മജേഷ് ചിന്തിച്ചു.

നഗരത്തിലെ ഫ്ളാറ്റുകൾക്ക് ഉറപ്പുള്ള വാതിലുകളും ജനലുകളും പണിയുന്നവന്റെ വീടിന് കതകില്ലാതിരിക്കുക! സ്വർണ്ണപ്പണിക്കാരനായ ഒരച്ഛന്റെ മകളുടെ വിവാഹത്തിന് ഇമിറ്റേഷൻസ്ഗോൾഡ് കൊടുക്കുക! കാലത്തിന്റെ വിരുദ്ധത. മറ്റുള്ളവന്റെ കാര്യത്തിൽമാത്രം ശ്രദ്ധവയ്ക്കുന്നവൻ നേരിടേണ്ടിവരുന്ന പ്രതിസന്ധികൾ. ചില്ലറത്തുട്ടിനും കൈയടിക്കുംവേണ്ടി വലിച്ചുകെട്ടിയ കയറിലൂടെനടക്കുന്ന ഒരു സർക്കസ് വിദഗ്ദ്ധൻ. എത്ര ശ്രദ്ധിച്ചാലാണ് അയാൾ വീഴാതിരിക്കുക. അതൊരു പ്രാക്ടീസാണ്.

അധികമുള്ള പണം കാണിക്കവഞ്ചിയിലിട്ട് സായുജ്യമടയുന്ന നഗരത്തിന്റെ വാചാലതയിൽ കുടുങ്ങിപ്പോയ മരപ്പാവകളാണ് തങ്ങളെന്ന് മജേഷ് ചിന്തിച്ചു.

അന്നേരം സിസില അയാളുടെ നെഞ്ചിൽ കൈവച്ച് തലോടി.

ആശ്വസിപ്പിക്കലോ തഴുകിയുണർത്തലോ? അവൾ ആദ്യരാത്രിയുടെ ചൂടിലാവും.

ഇരുട്ടിൽ ഒന്നും വ്യക്തമല്ല.

മജേഷ് എഴുന്നേറ്റ് കതകുമറ പൊളിച്ച് പുറത്തെ മഴയിലേക്ക്

വെറുതെ നോക്കിയിരുന്നു.

ബോട്ടുപൊളിച്ച എഞ്ചിന്റെ പഴയഭാഗങ്ങളും ഇരുമ്പു വടവും റോഡിനപ്പുറം മഴകൊണ്ട് കിടക്കുന്നു. ചാച്ചിറക്കത്തിനു കീഴെ ശവപ്പെട്ടിയിലെന്നപോലെ നരച്ച്, കണ്ണുകൾ കുഴിഞ്ഞ് ഒരു മുഖം കൊതുകുകളെ ആട്ടുകയാണ്.

വിളിക്കാൻ തോന്നിയില്ല.

ജീവിതകാലം മുഴുവൻ ഉളിപിടിച്ചിട്ടും സ്വന്തം വീടിനൊരു കതകു പോലും പണിയാത്തവൻ. പകയാണ് തോന്നിയത്.

പക്ഷേ, തനോ? വർഷമിത്രയായിട്ടും. മജേഷിന് സ്വയം അവജ്ഞ തോന്നിയ നിമിഷം.

നൂറുരൂപ കടംതരാത്ത മനുഷ്യൻ എത്ര വേണേലും മദ്യം വാങ്ങിത്തരും. ചില്ലറത്തുട്ടിനു കണക്കു പറയുന്നവൻ കോടികൾ മുടക്കി ആഡംബരങ്ങളിൽ മുങ്ങുന്നു. മദ്യത്തിന് മനസ്സിനെ ചഞ്ചലപ്പെടുത്താൻ കഴിയും, പണത്തിനു മൂർച്ച കൂട്ടാനും. ഉപയോഗിക്കുന്നവരുടെയിടയിൽ തേഞ്ഞുപോയ മുഴക്കോലായി മജേഷിന് തോന്നി.

അകലെ കരകളെ തമ്മിൽ ബന്ധിപ്പിക്കുന്ന പുതിയ പാലം കായലിന് മുകളിൽ ഗർഭം ധരിച്ചപോലെ നില്ക്കുന്നു. എതിർവശത്തെ പൊളിഞ്ഞ കെട്ടിടത്തിനുള്ളിൽനിന്നും ഇപ്പോഴും ഒതുക്കിയ സംസാരങ്ങൾ കേൾക്കാം.

രാത്രിയിൽ മനുഷ്യൻ ഉറങ്ങാത്തത് നഗരത്തിൽ മാത്രമായിരിക്കാം.

പൊടുന്നനെ ശക്തമായ ഒരിടിയിൽ മുറി വിറച്ചുതുള്ളി. തൊട്ടടുത്ത് ഉയരാൻ പോകുന്ന പത്തുനിലകെട്ടിടത്തിന്റെ പൈലിങ് ജോലി ഉറക്കമൊഴിച്ച് ചിലർ നടത്തുകയാണ്. ഭൂമിയിലേക്ക് ഇടിച്ച് തുളച്ച് എത്രത്തോളെ ബലം കൂട്ടാമോ അത്രത്തോളം. കൂരകളുടെ മൂലകൾ ഇടിഞ്ഞുകൊണ്ടിരിക്കുമ്പോൾ, ചിലർക്ക് വികസനം രാത്രിയിലും നിർബ്ബന്ധമാണുപോലും.

വേഗത മനുഷ്യനെ അത്രത്തോളം ഭ്രാന്തുപിടിപ്പിച്ചിരിക്കുന്നു. മജേഷ് വിളിച്ചുപോയി.

‘‘എന്റെ വല്ലാർപാടത്തമ്മേ.’’

അയാൾ മറചാരി അമ്മയ്ക്കു മുമ്പിൽ തിരിതെളിച്ച് നെഞ്ചുരുകി അല്പനേരം നിന്നു.

ആ വെളിച്ചത്തിൽ മജേഷ് കണ്ടു തിളങ്ങുന്ന വീതുളിയുടെ വാൾത്തല. ആണിയിൽ തൂക്കിയ സഞ്ചിയിൽനിന്ന് അതെപ്പോഴാണ് തല തിരിഞ്ഞ് പോയത്. അയാൾക്ക് ഓർമ്മയില്ല.

നിലത്തുകുഴിച്ചിട്ട മരക്കാലിൽ തീർത്ത കട്ടിലിൽ എണീറ്റിരുന്ന് സിസില തന്റെ വിഷമങ്ങളെ കഴുകിയിറക്കുകയാണ്....മജേഷ് അവളുടെ അടുത്തു വന്നിരുന്നു പിന്നെ, താടി പിടിച്ചുയർത്തി പറഞ്ഞു:

‘‘സിസിലേ നീ ഭാഗ്യവതിയാണ് വറ്റിപ്പോകാത്ത കണ്ണീരുചാലുകൾ നിനക്കിപ്പോഴുമുണ്ടല്ലോ..’’

കിടക്ക നനഞ്ഞിരിക്കുന്നു. സിസിലയുടെ കണ്ണീർ വീണതോ?

അതോ മഴ നനച്ചതോ?

ചിതറിയ മുല്ലപ്പൂമാല കറുത്തുപോയിരിക്കുന്നു.

മജേഷ് ഓർത്തു,

സിസിലയുടെ ചിരികാണാനായി കടലിനോട് ചേർന്ന് സുബാഷ് പാർക്കിന്റെ മൂലയിലെ സിമന്റുബഞ്ചിലിരുന്ന ദിവസങ്ങൾ.

നഷ്ടപ്പെട്ടതെല്ലാം കണ്ടെത്തുവാനുള്ള ആഗ്രഹം.

പക്ഷേ, അവളും അതിനായിരുന്നു വന്നിരുന്നതെന്ന് പിന്നീടാണ് അറിഞ്ഞത്.

ചിരികൾ വറ്റിപ്പോകുന്നവരുടെ ഭൂമിയാണ് നഗരം, ചിരിതീരാത്തവരുടെയും. എത്രകിട്ടിയാലും മതിയാവാത്തവരുടെ തീച്ചൂള. അവർ വർത്തമാനകാലത്തിന്റെ ഇരട്ടത്താപ്പിലേക്ക് മുഖം പൂഴ്ത്തിവച്ച് ചിരിക്കുന്നു. അതിൽ വെന്തുപോകുന്ന ഒരുകൂട്ടം മനുഷ്യരുണ്ട്.

അവൾ അന്ന് സംസാരിച്ചത്, സ്ത്രീകളുടെ ഉടുത്ത വസ്ത്രങ്ങളും, ചിരികളും, ഗവേഷണം നടത്തി ലിസ്റ്റുണ്ടാക്കുന്ന ഗൂഢസംഘങ്ങളെക്കുറിച്ചായിരുന്നു. അത് വിറ്റാലും കാശുണ്ടാക്കാംപോലും.

ആദ്യരാത്രികൾക്ക് പ്രാധാന്യമില്ലാതായി പോകുന്ന നഗരത്തിന്റെ ചളിക്കുഴിയിൽ വീണതല്ല മജേഷ് എന്ന് സിസിലയ്ക്കറിയാമായിരുന്നു. കുരുക്കിൽപ്പെട്ടുപോയ ഇണപ്പക്ഷിയുടെ പിടച്ചിലാണ് മജേഷിനെന്നും.

എങ്കിലും അവൾ കരഞ്ഞു.

മജേഷ് അവളുടെ നിറുകയിൽ ചുംബിച്ചു. പിന്നെ, കഴുത്തിലെ ആഭരണങ്ങൾ ഊരി തറയിലേക്കിട്ടു. അതിൽ സ്വർണ്ണപ്പണിക്കാരനായ ഒരച്ഛന്റെ കണ്ണീരിന്റെ ഉപ്പുരസം പറ്റിപ്പിടിച്ചിരിക്കുന്നു.

മജേഷ് തന്റെ ഉടുപ്പഴിച്ച് അയയിൽ തൂക്കി. അവൾ സാരിയും. ചുറ്റുപാടുകൾ സുരക്ഷിതമല്ലായെങ്കിൽ വെളിച്ചം ശത്രുവെന്ന് ആരാ പറഞ്ഞത്?

അയാൾ തെളിച്ച മെഴുകുതിരി വെളിച്ചത്തെ വിരൽകൊണ്ട് ഞെരിച്ചമർത്തി.

അത് കെട്ട് ഭൂമി ഇരുണ്ടുപോയി.

അയാളുടെ സിരകളെ ഉണർത്തണമെന്നുറച്ച് സിസില മനഃപൂർവ്വം മജേഷിനെ പുണർന്നു.

അയാൾ ചിന്തിച്ചു, രാത്രി ഇപ്പോളെത്രയായിക്കാണും?

കറങ്ങുന്നത് ഭൂമിയല്ല, സമയത്തിന്റെ വർത്തുളാകൃതിയാണ്.

കട്ടർ മുറിക്കുന്ന മരക്കഷണംപോലെ മജേഷിന്റെ മനസ്സ് കീറിപ്പോയി. അയാൾ എഴുന്നേറ്റ് ചെവി വട്ടംപിടിച്ചു. അമ്മയും സഹോദരിയുംപുറത്ത് കാത്തു നില്ക്കുകയാവും അകത്തേക്ക് പ്രവേശിക്കാൻ മടിച്ച്.

അയാൾ വിളിച്ചു.

അമ്മേ.....

അമ്മ മിണ്ടാതെ നില്ക്കുകയാണ്. അമ്മയ്ക്ക് പരിഭ്രമം ഉണ്ടാവും. സഹോദരിക്ക് ലജ്ജയും. ഒരു മകന്റെ അവസ്ഥയിൽ അവർ കരയുന്നുണ്ടാവും; നിശ്ചയമില്ല.

പുറത്തവർ മഴ നനയുകയാണ്.

കതകു മറ തുറക്കുകതന്നെ.

മജേഷ് വീണ്ടും എഴുന്നേറ്റു പോകുന്നത് മനസ്സിലാക്കി സിസില തിളച്ചു തിളച്ചുപൊന്തി. കായലിന് കുറുകെ പണിത പാലത്തിന്റെ ഗർഭത്തിൽനിന്നും തന്നെ ആരോ തള്ളിയിട്ടതായി സിസിലയ്ക്ക് അനുഭവപ്പെട്ടു.

അവൾ ഉച്ചത്തിൽ വിളിച്ചു.

''മജേഷ്''... അയാൾ ഒന്നും കേട്ടില്ല.

തീപിടിച്ചുപോയ നരകത്തിന്റെ വാതിൽ തള്ളിത്തുറക്കുകയാണ് അയാൾ.

അവൾ കായലിന്റെ അടിത്തട്ടിലേക്ക് താഴ്ന്നു താഴ്ന്ന് പോയി.

മജേഷ് മഴയിലേക്കിറങ്ങി ഉച്ചത്തിൽ വിളിക്കയാണ്

"അമ്മേ.... അമ്മേ..."

ഇരതേടുന്ന പന്നിയെലികൾ മജേഷിന് മുമ്പേ ഓടി. കായലിനോട് ചേർന്ന പൊന്തക്കാട്ടിൽ ഒരു സ്ത്രീയുടെ നിലവിളി ദുർബ്ബലമാകുന്ന പോലെ. മഴ വീഴാത്തിടത്തൊക്കെ ചാക്കുകെട്ടിനുള്ളിൽ ചൊറിമാന്തുന്ന ഭിക്ഷക്കാരുടെ മുക്ര കേൾക്കാം.

മഴത്തുള്ളികൾ മജേഷിനെ നിർദ്ദയം മർദ്ദിക്കുകയാണ്. മാടക്കടയുടെ ചാക്കുകെട്ടിളക്കി അയാൾ ഉറക്കെ വിളിച്ചു.

"അമ്മേ.. അമ്മേ.... ഹെലൻ..ഹെലൻ......"

ആരും വിളികേട്ടില്ല. അവർ എവിടെ? ഇരതേടുന്നവരുടെ പിടിയിലായോ?

പൊടുന്നനെ സ്ട്രീറ്റ്ലൈറ്റ് കെട്ടുപോയി.

മുകളിലെ മിന്നലിൽ തീയിറങ്ങി വന്ന് അടുത്തെവിടെയോ വെട്ടി. ആരുടെയൊക്കയോ അലർച്ചകൾ ......എന്തൊക്കയോ കത്തിയമരുന്നു. അകലെ ഭീമൻ കോൺക്രീറ്റു കട്ടകൾ തമ്മിലുള്ള കൂട്ടിയിടി ഭൂമിയെ പിളർത്തുകയാണ്. പൊക്ളയിനുകൾ അവയെ പൊക്കിയെടുത്ത് അട്ടിയിടുന്നതാണ്.

മജേഷ് മഴയിലേക്ക് തകർന്നുവീണു.

ഇപ്പോൾ കണ്ടെയ്നർ പാളത്തിന്റെ നീളം ചേരികളെ തിന്നു തിന്ന് വളരുകയായിരുന്നു. അത് അയാളുടെ നെഞ്ചിലൂടെ കടന്നുപോയി.. അതിനു മുകളിലൂടെ ഇരമ്പിയാർത്ത് കുറെ ബോഗികളും.....

ഞങ്ങളുടെ നാട്ടിൽ പൊലീസ്കേസുകൾ കുറവാണ്

ഒന്ന്

നിങ്ങൾ പോക്കറ്റടിക്കാരനെ കണ്ടിട്ടുണ്ടോ?

ഓ.. പിന്നെ കാണാനെന്താ അവര്ടെ നെറ്റിയേല് ഒട്ടിച്ചുവച്ചിരിക്കല്ലേ എന്നാവും നിങ്ങൾ വിചാരിക്കുക! എന്നാൽ നിങ്ങളെ അവർ എത്രയോ തവണ നോട്ടമിട്ട് ആവേഗപ്പെട്ടിട്ടുണ്ടന്ന് അറിയുമോ? ഒരുപക്ഷേ, ചലനത്തിൽ പൊടുന്നനെ വന്ന ഒരു ഭേദമായിരിക്കാം നിങ്ങളെ രക്ഷപ്പെടുത്തിയിരിക്കുക. അതറിയുന്നവൻ അവൻമാത്രമാണ്. അവൻ....സാക്ഷാൽ പോക്കറ്റടിവീരൻ.

ഓടുന്ന ബസിലോ ട്രെയിനിലോ തെരുവിലെ തിരക്കിനിടയിലോ ഇരതേടി നടക്കുന്ന വന്യജീവിയെപ്പോലവൻ എപ്പോഴും നിങ്ങളെ നോട്ടമിടുന്നു. ചിരിച്ച്, ഗൗരവീകരിച്ച്, അല്ലെങ്കിൽ മാന്യനെന്ന് നടിച്ച്.

അങ്ങനെയാണ് ഗോൺസൽവാസ് എന്ന എന്റെ പ്രിയ സുഹൃത്ത് ചിലന്തിവലയിലെന്നപോലെ പെട്ടുപോയത്. കൈകളും, കാലുകളും വേണ്ടുവോളം കുടഞ്ഞെറിഞ്ഞിട്ടും മെഴുക്കുപോലൊരു ദ്രാവകം ഉടലാകെ പരന്ന് ഗോൺസൽവാസിനെ അത് കീഴ്പ്പെടുത്തുകയായിരുന്നു. അവസാനം ഉടലിനോട് ചേർന്നിരുന്ന അവയവങ്ങളെല്ലാം വേർപെട്ട് പോയ കഷ്ടത്തിലായിരുന്നു പാവം.

എങ്ങനെയെന്നല്ലേ? ഒരുദിവസം ഉച്ചതിരിഞ്ഞ നേരത്ത് തന്റെ ചെറിയ അനാദിപ്പീടിക പൂട്ടി (പീടികയെന്നുപറഞ്ഞാൽ വീടിനടുത്ത്, ചെറിയ ഒരു ഉപജീവനോപാധി) ടൗണീന്ന് സാമാനങ്ങൾ കൊണ്ടുവരാനായി, സാമാന്യം തിരക്കുള്ള ഒരു ബസിൽ ഗോൺസൽവാസ് കയറിപ്പറ്റുകയായിരുന്നു.

തിരക്കാണ് അടുത്തതിന് പോകാം എന്നൊന്നും ഗോൺസൽവാസ്

ചിന്തിച്ചില്ല. ഒരു കച്ചവടക്കാരൻ എപ്പോഴും വേഗതയിലായിരിക്കണം ചലിക്കേണ്ടത്. മനസ്സുകൊണ്ടും പ്രവൃത്തികൊണ്ടും. അതാണ് കച്ചവടത്തിന്റെ പൊതുനിയമം.

ഇത്തിരി വെളിച്ചണ്ണ, ഒരു ചാക്ക് അരി, പേരിന് മുളക്, മല്ലി, ഉണക്കമീൻ ഇത്യാദികളുള്ള കടയിൽ ഒപ്പം, ചായകൂട്ടാനുള്ള കോപ്പും കുറച്ച് എണ്ണക്കടിയും ചേർന്നാൽ ഗോൺസൽവാസിന്റെ സാമ്രാജ്യമായി.

പീടിക ചെറുതായതുകൊണ്ടുമാത്രം കച്ചവടക്കാരന്റെ വെപ്രാളവും ആവലാതികളും ചെറുതാവും എന്ന് കരുതരുത്. ഇതാ നോക്കൂ.... കുട്ടികൾ, വീട്, ഭാര്യ, കടം വാങ്ങിയിട്ട് പണം തരാത്ത നാട്ടുകാർ.... ഇങ്ങനെ നീളുന്ന നൂറുകൂട്ടം പ്രശ്നങ്ങളുടെ നടുവിൽക്കിടന്ന് വെന്തുരുകി തലപ്പെരുക്കങ്ങൾ ചുറ്റിപ്പിണഞ്ഞ ഒരു കാട്ടുമരമായിരുന്നു ഗോൺസൽവാസ്. തകർന്ന മടയിലൂടെ കൂലം കുത്തുന്ന ഒഴുക്കുപോലാണ് താനെന്ന് ഗോൺസൽവാസ് കരുതിയിരുന്നു.

മണ്ണും ചെളിയും തെളിച്ചെടുത്ത കണ്ണീരു വെള്ളംകുടിക്കാൻ പോലുമാവാതെ പകലുകളിലൂടെയുള്ള ദ്രുതവേഗധാരി.

ഇങ്ങനെ അസ്വാസ്ഥ്യപ്പെട്ട് മനസ്സുലച്ച ചെറിയ ഒരു ശ്രദ്ധക്കുറവു മതി വേട്ടക്കാരനായ പോക്കറ്റടിക്കാരന്റെ നോട്ടപ്പുള്ളിയാവാൻ. അന്നേ ദിവസം ഗോൺസൽവാസിന്റെ മനസ്സും ഒന്നു ചഞ്ചലപ്പെട്ടിരുന്നു. ഭാര്യയുടെ അകാരണമായ ചില സ്ഥലജല വിഭ്രമങ്ങളിലൂടെ, വഴുക്കിയ വാക്കുകളിലൂടെ, ഗോൺസൽവാസും തെന്നിപ്പോയിരുന്നു.

അവകൾ താഴെപ്പറയുന്നു

ഒന്ന് : അവളുടെ വീടുമാറ്റത്തെ കുറിച്ചുള്ള ഉൽക്കണ്ഠകൾ. (ഭർത്താവിന്റെ വീട്ടിൽ ഒന്നിനും സ്വാതന്ത്ര്യമില്ല. ഒന്നു മിണ്ടാൻപോലും)

രണ്ട്: കുട്ടികളുടെ ഇംഗ്ലീഷ് മീഡിയം പഠനത്തെക്കുറിച്ചുള്ള ചില മുന്നറിയിപ്പുകൾ.

മൂന്ന്: അമ്മായിയമ്മേടെ മുഷ്കിനും, തൻകാര്യപ്രവണതയ്ക്കും കൂട്ടുനില്ക്കാനാവില്ല എന്നുള്ള ചൊടിപ്പ്.

ബോംബ് സ്ക്വാഡിന് പോലും നിർവീര്യമാക്കാനാവാത്ത ഒന്നു രണ്ടെണ്ണം ഭാര്യയുടെ നാവില് പൊട്ടി. വാക്കുകളുടെ കുപ്പിച്ചില്ലുകൾ മേലാകെ തുളഞ്ഞുകേറി ചോരയും പഴുപ്പും ഒലിച്ച് ദുർഗ്ഗന്ധം വമിച്ചതിനെപ്പറ്റി ഗോൺസൽവാസ് ചിന്തിച്ച് ഒന്നു പതറിയ നിമിഷം..... പൊടുന്നനെ തന്റെ പോക്കറ്റിന് കനം കുറഞ്ഞോ എന്നൊരു സ്പർശം അയാളിലേക്ക് ചൂഴ്ന്നു.

പുഴുങ്ങിയ മനുഷ്യഗന്ധം പരക്കുന്ന തള്ളലിലൂടെ ആളുകൾ ഇറങ്ങാനും, കേറി കാല് കുത്താനുമുള്ള തീവ്രശ്രമങ്ങൾ. അതിനിടയിൽ എന്തോ സംഭവിച്ചിരിക്കുന്നു എന്ന തോന്നലിൽ ഗോൺസൽവാസ് തന്റെ പോക്കറ്റിൽ ഒന്നു തപ്പി, പിന്നെ കമ്പിയിൽത്തൂങ്ങി പുറം കാഴ്ച ശ്രദ്ധിക്കുന്നതുപോലെ കണ്ണ് ചലിപ്പിക്കുന്ന സുമുഖനെ ഒന്നു നോക്കി..

ഛേ...തോന്നൽ ശരിയാവില്ല. എങ്കിലും പതറിയ മനസ്സിനെ തൃപ്തി

പ്പെടുത്താനെന്നോണം ഗോൺസൽവാസ് തന്റെ പോക്കറ്റിൽ കൈയിട്ട് നോട്ടുകൾ വലിച്ചെടുത്ത് ഒന്നുകൂടി എണ്ണാൻ തുടങ്ങി.

കടയിലേക്ക് പലവ്യഞ്ജനങ്ങൾ വാങ്ങേണ്ടതിലേക്ക് ധൃതിയിൽ കട പൂട്ടി അയ്യായിരത്തോളം രൂപ എണ്ണി കീശയിലിട്ട് വേഗതകൂട്ടി ഇറങ്ങിയ താണ്. മദ്ധ്യാഹ്നത്തിൽ കട അനക്കമറ്റ് കിടക്കും. ഇനി വൈകുന്നേരമേ ആളുകൾ എത്തൂ, അപ്പോഴേക്കും പീടികതുറന്നാൽ മതി. അതിനിടയി ലാണ് ഭാര്യ ഒരു വിരയോളം നീളത്തിൽ അസ്വസ്ഥതയെ വീടിനുള്ളിൽ നിന്നും കുടഞ്ഞെറിഞ്ഞത്. രക്തം കുടിക്കുന്ന ഈ വിരയാണ് ഗോൺസൽവാസിനെ കടിച്ചത്.

തന്റെ കരചലനത്തിന് തക്കം പാർത്തിരുന്ന പോക്കറ്റടിക്കാരൻ ആ നിമിഷത്തെ ഫലപ്രദമായി ഉപയോഗിച്ചിരിക്കണമെന്ന് ഗോൺസൽവാസ് ചിന്തിച്ചു.

രണ്ട്

പോക്കറ്റടിക്കാരന് അറിയാമായിരുന്നു മനക്കരുത്തും കൈയടക്കവും ഈവക കാര്യത്തിന് എത്രത്തോളം ആവശ്യമുണ്ടന്ന്. തിരക്കിനിടയിൽ ഒരു കനത്ത കീശ കണ്ണിലുടക്കി. ഒപ്പം ഷേവുചെയ്യാത്ത മുഖവും. വീണ്ടും ശ്രദ്ധിക്കുമ്പോൾ കണ്ടു അശ്രദ്ധമായ നോട്ടുകൾ പോക്കറ്റിൽ തൂവി നില്ക്കുന്നു. നിരവധി സന്ദർഭങ്ങൾ പാഴായെങ്കിലും, പൊടുന്നനെ കൈവന്ന ഒരുനിമിഷത്തെ മിന്നലിന്റെ പത്തിലൊരംശത്തിന്റെ വേഗത യിൽ ഉപയോഗിക്കുകയായിരുന്നു (നിരന്തരമായ പരിശീലനമാണ് ഇതിനായി വിനിയോഗിച്ചത്).

വേഗതയുടെ അപര്യാപ്ത താൻ പിടിക്കപ്പെടാൻ കാരണമായേക്കു മെന്ന് പോക്കറ്റടിക്കാരനും ഉറപ്പിച്ചിരുന്നു. പോക്കറ്റടിക്കേണ്ടവനെ പിന്തു ടരുമ്പോൾ അതിനാവശ്യമായ മാനസിക വ്യാപാരങ്ങൾ അയാൾക്കുണ്ടോ എന്നാണ് ആദ്യമായി നിരീക്ഷിക്കേണ്ടത്.

അനുയോജ്യമായവ താഴെകൊടുക്കുന്നു.

ഒന്ന്: വ്യക്തതയില്ലാത്ത ഉടൽചലനങ്ങൾ. രണ്ട്: അശ്രദ്ധമായ ഭാവ ത്തോടെ കൺചലനങ്ങൾ. മൂന്ന്: മുഖത്തിന്റെ ചില കോക്രിക്കലുകൾ.

ഇത്തരത്തിലുള്ള ഒരു യാത്രക്കാരന്റെ ബോഡി ലാംഗ്വേജ് അള ന്നാണ് പോക്കറ്റടിക്കാരൻ തന്റെ ഉന്നം അയാളിലേക്ക് ചുരക്കുന്നത്. പിന്നെ കാത്തുകാത്ത് കിട്ടിയ ഒരു സെക്കന്റ് ചെലവഴിക്കുകയായി.

അത്ര നിസ്സാര ജോലിയല്ലിത്. മാസങ്ങളോളം പരിശീലനം ആവ ശ്യമുള്ളത്. ഒരു മജീഷ്യൻ മാജിക്ക് കരസ്ഥമാക്കുന്നതിനേക്കാളും അപ കടകരമായ ഒരു പ്രൊഫഷണലിസം. ആരും പഠിപ്പിക്കാത്ത, അതിജീവ നത്തിനായി സ്വയം മനക്കരുത്തിന്റെ വീര്യത്താൽ ചെയ്യേണ്ടുന്ന കർമ്മ കുശലത.

പിടിക്കപ്പെട്ടാലും ഈ വിദ്യ തുടർന്നുകൊണ്ടുപോകാൻ മറ്റനേകം അഭ്യാസങ്ങളുണ്ട് എന്നുകരുതുന്ന പോക്കറ്റടിക്കാരൻ തന്റെ നൈസർഗ്ഗി

കമായ ജൈവചലനങ്ങളോടെ, 'ഞാനൊന്നുമറിഞ്ഞില്ലേ രാമനാരായണ' എന്ന ജപം ഉരുവിട്ട് തിരക്കിൽ ഞെരുങ്ങുന്ന സമയത്താണ് ഗോൺസൽ വാസ് ഒന്നു ഞെട്ടിയത്... അയ്യായിരത്തിൽ രണ്ടായിരം കാണാനില്ല!

നാല് അഞ്ഞൂറിന്റെ നോട്ടുകൾ!

പോരുമ്പോൾ, ധൃതിയിൽ നോട്ടുകൾ പോക്കറ്റിൽ നിക്ഷേപിക്കയായിരുന്നു. വേഗത്തിൽ ചലിച്ച ഒരു കൈ താൻ കണ്ടതാണ്. പക്ഷേ, അത് ആരുടേതെന്നോ ഏതു ഭാഗത്തുനിന്നെന്നോ നിശ്ചയമില്ല.

ഗോൺസൽവാസ് വിയർത്തു. എത്രകഷ്ടപ്പെട്ടാണ് അതുണ്ടാക്കിയത്. ആദ്യമായിട്ടാണ് ഇത്തരമൊരനുഭവം. തന്റെ മനസ്സ് പതറിയ ഏതോ ഒരുനിമിഷത്തെ ആരോ വിദഗ്ധമായി ഉപയോഗിച്ചിരിക്കുന്നു; അത് കണ്ടുപിടിക്കുക തന്നെ. മനക്കരുത്ത് വീണ്ടെടുത്ത് ഗോൺസൽവാസ് ഏറ്റവും സാദ്ധ്യതയുള്ള ഒരു കൈയുടെ ഉടമയെനോക്കി, നോട്ടം സിനിമയിലെന്നപോലെ മുഖത്തെത്തിച്ചു. പിന്നെ അയാളെ ഒന്നു തട്ടി.

എന്നാൽ പോക്കറ്റടിക്കാരൻ ഇറങ്ങാനുള്ള ഒരു ശ്രമത്തിന്റെ അവസാനത്തെ ചലനത്തിനു തൊട്ടുമുമ്പാണ് ഗോൺസൽവാസിന്റെ ഒരു തോണ്ടൽ അനുഭവിച്ചത്.

ഗോൺസൽവാസിന് ചോദിക്കാതിരിക്കാൻ കഴിഞ്ഞില്ല.

"നിങ്ങളെന്റെ പോക്കറ്റിൽ കൈയിട്ടോ?"

ഗോൺസൽവാസിന്റെയും പോക്കറ്റടിക്കാരന്റെയും രക്തമിപ്പോൾ ശീഘ്രഗതിയിൽ ചൂടാകുകയാണ്. ആരാണ് വിജയിക്കുക എന്നറിയില്ല. അടിതെറ്റിയാൽ പതിനാറായിരം അടി താഴ്ചയിലേക്ക് നിപതിക്കാവുന്ന ഒരു നിമിഷം. പോക്കറ്റടിക്കാരൻ ഗോൺസൽവാസിനെ കേട്ടതായിപ്പോലും ഭാവിക്കാതെ ഇറങ്ങാനുള്ള വ്യഗ്രതയിൽ വീണ്ടും വലതുകാൽ ചലിപ്പിച്ച നിമിഷം ഗോൺസൽവാസ് ഒരു ചുരണ്ടലോടെ വീണ്ടും ശബ്ദമിളക്കി.

"നിൽക്കൂ, നിങ്ങളെന്റെ പോക്കറ്റിൽ കൈയിട്ടില്ലേ?"

അത്ര നിശ്ചയമില്ലായിരുന്നുവെങ്കിലും ഗോൺസൽവാസിന് അങ്ങനെ ചോദിക്കണമെന്ന് തോന്നി.

പിഴച്ചോ... എന്ന് ശപിച്ചുകൊണ്ട് ഗോൺസൽവാസിന്റെ ചോദ്യത്തിന് മറുപടികൊടുക്കാതിരിക്കാൻപറ്റാത്ത ഒരവസ്ഥയിലേക്ക് തീപ്പന്തം പോലെ പോക്കറ്റടിക്കാരനും വീണിട്ട്;

"എന്താ പറഞ്ഞത്! നിങ്ങളുടെ പോക്കറ്റിൽ ഞാങ്കയ്യിട്ടോന്നോ?"

തിളപ്പിച്ച ഭാവാഭിനയത്തോടെ പോക്കറ്റടിക്കാരൻ മുമ്പോട്ടുവച്ചകാൽ പുറകോട്ടു കുത്തിയിട്ട്

"ഹേ മിസ്റ്റർ സൂക്ഷിച്ചു സംസാരിക്കണം."

മാന്യതയുടെ ഒരു ചിനക്കം പോക്കറ്റടിക്കാരൻ മുഖത്ത് കൊളുത്തിവച്ചു. അടുത്തനിമിഷം ഗോൺസൽവാസിന്റെ നിയന്ത്രണം വിട്ടുപോയി. അയാൾ ഉച്ചത്തിൽ ശബ്ദമിട്ടു:

"ഹെന്റെ പോക്കറ്റടിച്ചേ."

ഇപ്പോൾ ബസിലുള്ളവരുടെ മുഴുവൻശ്രദ്ധയും ഗോൺസൽവാസിൽ പതിച്ച നിമിഷം മുഖത്തോടു മുഖം പോക്കറ്റിടിക്കാരനും വന്നുപോയിരുന്നു.

രണ്ടുപേരുടെയും മുഖങ്ങൾ ചാമ്പങ്ങപ്പഴംപോലെ തുടുത്തുകേറി.

കൈയിൽ ചുരുട്ടിപ്പിടിച്ച നോട്ടുകൾ ഒളിക്കാനാവാതെ പോക്കറ്റടിക്കാരനും ഒന്നു വിരണ്ടു. ബസ് നിന്നതും ആരോ വിളിച്ചു പറഞ്ഞു:

"പോക്കറ്റടി... ആരെയും ഇറക്കരുത് ബസ് നേരെ പൊലീസ് സ്റ്റേഷനിലേക്ക് പോകട്ടെ."

ഒരു പിടിവള്ളി കിട്ടിയതുപോലെ പോക്കറ്റടിക്കാരൻ പൊടുന്നനെ ചുരുട്ടിയ നോട്ടുകൾ കൈയടക്കത്തോടെ താഴേക്കിട്ടു. പക്ഷേ, ഗോൺസൽവാസ് അത് കണ്ടുപിടിച്ചുകഴിഞ്ഞിരുന്നു.

"അതാ... ചുരുട്ടിയ നോട്ടുകൾ താഴെ, ഇയാൾ തന്നെയാണ് അതു ചെയ്തത്."

ഗോൺസൽവാസ് നോട്ടുകൾ പെറുക്കിയെടുത്തശേഷം പോക്കറ്റടിക്കാരന്റെ കോളറിൽ പിടുത്തമിട്ടിരുന്നു. മറ്റുചിലരും ചേർന്നപ്പോഴേക്കും ബസ് പൊലീസ് സ്റ്റേഷനുമുമ്പിൽ എത്തപ്പെട്ടിരുന്നു. ബസിൽനിന്നും പോക്കറ്റടിക്കാരനെ യാത്രക്കാർ ചേർന്നിറക്കി. ഒപ്പം ഗോൺസൽവാസും ഇറങ്ങി പരാതിക്കാരന്റെ ഭാവത്തിൽ.

പൊലീസുകാർ വ്യാഘ്രത്തെപ്പോലെ പോക്കറ്റടിക്കാരന്റെ മുതുകിന് ഇടിക്കട്ട നിരത്തിയപ്പോൾ ബസ് അതിന്റെ വഴിക്ക് പോയി.

ഇപ്പോൾ പോക്കറ്റടിക്കാരനും പരാതിക്കാരനും ക്രമസമാധാന പാലനകേന്ദ്രത്തിൽ. എന്താണ് സംഭവിച്ചതെന്ന എസ് ഐ എന്ന ഇടിക്കട്ട വാസൂന്റെ ചോദ്യത്തിന്, കൈയിലെ ചുരുട്ടിയ നോട്ടുകൾ കാട്ടി ഗോൺസൽവാസ് വിവരിച്ചു:

"ഇയ്യാളെന്റെ പോക്കറ്റടിച്ചു. പിടികൂടുമെന്നായപ്പോൾ നോട്ടുകൾ നിലത്തിട്ടു."

ആ നിമിഷം പിഴച്ചുപോയ കൈവേഗതയെ കുറിച്ചായിരുന്നു പോക്കറ്റടിക്കാരന്റെ ജാള്യത. സാധാരണ അങ്ങനെ സംഭവിക്കാറില്ല.

ഇരയുടെ മുഖരാശിയിൽനിന്ന് അയാൾ തികച്ചും യോഗ്യനാണെന്നുള്ള നിഗമനത്തിൽ എത്തിയിരുന്നു. സസൂക്ഷ്മം നിരീക്ഷിച്ച് സംശയവും തീർത്തതാണ്. എന്നിട്ടും പിഴച്ചുപോയി, പോക്കറ്റടിക്കാരൻ കുണ്ഠിതപ്പെട്ടു. വീട്ടിൽ നിന്നിറങ്ങുമ്പം ഭാര്യയുമായി അക്കച്ചിക്കയിട്ടതാവണം പ്രശ്നമായത്: അയാളും ചിന്തിക്കയായിരുന്നു.

അങ്ങോട്ടും ഇങ്ങോട്ടും പരസ്പരം വാക്കുകൾ മേല്ക്കുമേൽ കേറ്റിവച്ച് പൊട്ടിച്ചിരുന്നു. എന്തൊക്കെ ചെയ്താലും പരാതികളുടെ കൊളുത്തുകൾ തന്റെനേരെ വലിച്ചെറിയുക അവളുടെ ശീലമാണ്. എന്തു കാര്യത്തിനാണേലും വീട്ടീന്ന് സമാധാനത്തോടെ ഇറങ്ങണം. അല്ലേലിങ്ങനെയൊക്കെയാവും വിധി.

ദൗത്യം, ചില പരാജയകാരണങ്ങൾ.

ഒന്ന്: ദീനംപിടിച്ച് തളർന്നു കിടക്കുന്ന തന്റെ അമ്മ ചാകാത്തതിലുള്ള അവളുടെ നീരസം.

രണ്ട്: വീട്ടിൽ ടി വിയില്ലാത്തിന്റെ ചൊരുക്കം.

മൂന്ന്: തർക്കം മുറുകിയപ്പോൾ കന്നത്തൊന്ന് പൊട്ടിക്കേണ്ടിവന്നതിന്റെ വിമ്മിട്ടം.

പിന്നെങ്ങനെയാണ് ചെയ്യുന്ന ജോലിയിൽ ഏകാഗ്രതയുണ്ടാവുക.

പോക്കറ്റടിക്കാരൻ സ്വയം ലജ്ജിച്ചു.

മൂന്ന്

ഇടിക്കട്ട വാസു എന്ന പൊലീസുകാരന്റെ മുഖത്ത് പോക്കറ്റടിക്കാരനോടുള്ള കലിപ്പ് ഉരുണ്ടുരുണ്ടുകൂടിയത് ഗോൺസൽവാസ് കണ്ടു.

പൊലീസുകാരൻ പറഞ്ഞു.

''പോക്കറ്റടിച്ച നോട്ടുകൾ മേശപ്പുറത്ത് വയ്ക്കൂ.''

അതുപോലെ ചെയ്തപ്പോൾ പൊലീസുകാരൻ ഗോൺസൽവാസിനോട് ചോദിച്ചു: ''നിങ്ങൾക്ക് പരാതിയുണ്ടോ?''

ആ ചോദ്യത്തിനുമുമ്പിൽ ഗോൺസൽവാസ് പെട്ടുപോയിരുന്നു. 'ഉണ്ട്' എന്നു പറഞ്ഞാലും 'ഇല്ല' എന്ന് പറഞ്ഞാലും കുഴപ്പമാണ്. പക്ഷേ, പരാതിയില്ലെങ്കിൽ രക്ഷപ്പെടുന്നത് ഒരു കുറ്റവാളിയാണ്. അതും, തന്റെ പോക്കറ്റടിച്ചവൻ. അവൻ ശിക്ഷിക്കപ്പെടണം അങ്ങനെ ചിന്തിച്ചപ്പോൾ 'ഉണ്ട്' എന്ന് ഉത്തരം പൊടുന്നനെ വീണുപോയി. അന്നേരം പരാതിയിൽ ഒപ്പിട്ടുകൊടുക്കേണ്ട ബാദ്ധ്യതയും ഗോൺസൽവാസിനുണ്ടായി.

പോകാൻ തിരക്കുകൂട്ടിയപ്പോൾ മറ്റൊരപകടം ഗോൺസൽവാസിനെ പൊതിയുകയായിരുന്നു. പൊലീസുകാരൻ പെട്ടെന്ന് വഴി തടഞ്ഞു.

''നില്ക്കൂ സുഹൃത്തേ... യാഥാർത്ഥ്യം കോടതിയെ സത്യസന്ധമായി ബോദ്ധ്യപ്പെടുത്താൻ ബാക്കിയുള്ള തുകകൂടി മേശപ്പുറത്ത് വയ്ക്കൂ... നാളെ കോടതീന്ന് മുഴുവൻ തുകയും കൈപ്പറ്റാം.''

അന്നേരം ഗോൺസൽവാസിന്റെ കണ്ണിൽ ഇരുട്ട് കയറുകയും മറ്റൊരപകടം മണക്കുകയും ചെയ്തു.

''എനിക്ക് പലവ്യഞ്ജനങ്ങൾ വാങ്ങാനുണ്ട് പോകണം.''

പൊലീസുകാരൻ പറഞ്ഞു:

''പിന്നെങ്ങനെ കോടതിയെ സത്യം ബോദ്ധ്യപ്പെടുത്തും. നാളേക്ക് മാറ്റിക്കൂടെ നിങ്ങളുടെ ക്രയവിക്രയങ്ങൾ.''

നാടിന്റെ പ്രശ്നമാണിത്. പരാതിക്കാരുടെ അഭാവത്തിൽ ഒരു കുറ്റവാളിയും രക്ഷപ്പെടാൻ പാടില്ല ഗോൺസൽവാസ് ചിന്തിച്ചു.

മനസ്സില്ലാമനസ്സോടെ ബാക്കി മൂവായിരം രൂപാകൂടി മേശപ്പുറത്ത് വയ്ക്കുമ്പോൾ പൊലീസുകാരൻ എന്ന പങ്കപ്പാടുകാരന്റെ ചിന്തകൾ ഇങ്ങനെ നീണ്ടുപോയി.

ഇന്നെങ്കിലുമെനിക്ക് ഭാര്യേടെ മുമ്പിലൊന്ന് ഞെളിയണം. രാവിലെ തോലുരിച്ചാ അവള് വിട്ടത്. അവളെന്നാ പറഞ്ഞത് തന്റെ മുഖത്തീ മീശ യിരുന്നിട്ട് ഒരു കൊണോമില്ലാന്ന്. ഈ നാറിയ കാക്കി അലക്കിയലക്കി ജീവിതം തന്നെ തുലഞ്ഞൂന്ന്.

ഈയവസ്ഥയ്ക്കുണ്ടായ ചില കാരണങ്ങൾ.

ഒന്ന്: കൊച്ചിന്റെ ട്യൂഷൻഫീ കൊടുക്കാതിരുന്നത് (ഇംഗ്ലീഷ് മീഡിയം)

രണ്ട്: അവടമ്മേടെ മുണ്ടിനീര് ഡോക്ടറെക്കാണിക്കാതിരുന്നത്.

മൂന്ന്: അവക്കടെ പുതിയ ഗർഭം ഉറപ്പിക്കുന്ന ടെസ്റ്റ് നടത്താതിരുന്നത്.

കുറച്ചു ദിവസങ്ങളായി പണ്ടാരം കിടത്തിയുറക്കീട്ട്.

ഈ സമയം പോക്കറ്റടിക്കാരന്റെ കണ്ണിൽ 'അയ്യോ കഷ്ടം' എന്ന വെപ്രാളം പ്ലവിച്ച് വന്നത് ഗോൺസൽവാസ് കണ്ടില്ല.

പക്ഷേ, പൊലീസുകാരൻ കണ്ടു.

പോക്കറ്റടിക്കാരൻ കണ്ണുകൊണ്ട് ചില ഗോഷ്ടികൾ ഗോൺസൽവാസിനെ കാണിച്ചപ്പോഴേക്കും പൊലീസുകാരന്റെ ഇടിക്കട്ട പിന്നെയും അയാളുടെ മുതുകത്ത് വീണു.

കാര്യങ്ങൾ പിടിവിട്ടുപോകുന്നതുപോലെ ഗോൺസൽവാസിനും തോന്നി. എങ്കിലും പൊലീസുകാരന്റെ അനുനയങ്ങൾക്കും നിർദ്ദേശങ്ങൾക്കും കീഴടങ്ങി അയാൾ ഇങ്ങനെ ചിന്തിച്ചു.

ഇത്രയും ആയില്ലേ ഇനി നാളെവരെകൂടി കാത്തിരിക്കാം.

വ്യഥയോടെ ഗോൺസൽവാസ് പൊലീസ് സ്റ്റേഷൻ വിട്ടു.

പിറ്റേന്ന്. കോടതി വിളിച്ചപ്പോൾ പോക്കറ്റടിക്കാരൻ പോക്കറ്റടിച്ച തുകയിൽനിന്നും, ബാക്കി മേശപ്പുറത്തു വച്ച തുകയിൽനിന്നും ഓരോപൂജ്യം അപ്രത്യക്ഷമായിരുന്നു. അതു കുറെ തിരഞ്ഞെങ്കിലും പൂജ്യത്തിന് വിലയില്ലാത്തതിനാലും, കണ്ടെത്താൻ പ്രയാസമായതിനാലും, ബാക്കിതുകയായ അഞ്ഞൂറു രൂപാ ഗോൺസൽവാസിനെ കോടതി തിരിച്ചേല്പിക്കുമ്പോൾ അയാളെ കോടതി പ്രത്യേകം അഭിനന്ദിക്കാൻ മടിച്ചില്ല.

"കൊള്ളാം പൗരനായാൽ ഇങ്ങനെവേണം."

പുറത്തിറങ്ങിയ ഗോൺസൽവാസ് രണ്ടു തീരുമാനങ്ങളിലേക്കെത്തിയിരുന്നു.

ഒന്ന്: ഇനി മേലിൽ താൻ തിരക്കുള്ള ബസിൽ യാത്രചെയ്യൂല്ല.

രണ്ട്: ജീവനുണ്ടേൽ പൊലീസ് സ്റ്റേഷന്റെ പരിസരത്തൂടെപ്പോലും പോകില്ല. ഇങ്ങനെയാണ് ഞങ്ങളുടെ നാട്ടിൽ പൊലീസ് കേസുകൾ കുറവായത്.

വഴിക്കണ്ണ്

ഇരുട്ട്.

ഒരലർച്ചയോടെ അന്ധകാരത്തിന്റെ ഏതോ ഗർത്തത്തിലേക്ക് കാറടക്കം പതിച്ചു. മദ്യം ചൊരുക്കിയ മദപ്പാടിന്റെ ഏതോ നിമിഷത്തിൽ റോഡിനു നടുവിലെ ഡിവൈഡറിൽത്തട്ടിത്തകർന്ന കാർ ഒരു പമ്പരം പോലെ തിരിഞ്ഞും മറിഞ്ഞും വയൽനടുവിലെ കലുങ്കിനടിയിലേക്ക് കൂപ്പുകുത്തി. ഉഷ്ണം കൊളുത്തിയ പകലിനെ തണുപ്പിക്കാൻ മഞ്ഞിന്റെ നേർത്ത പുകമറ ഇരുളിനെ പുതപ്പിച്ചിട്ടുണ്ട്. മദ്യത്തിന്റെ കെട്ടൊഴിഞ്ഞ് അബോധത്തിന്റെ കരംതട്ടി മാറ്റി ഇരുന്നമർന്ന സീറ്റുബെൽറ്റിൽ സ്വന്തം ശരീരത്തെ കുടഞ്ഞുണർത്തി.

എന്താണ് സംഭവിച്ചത്?

നാളെ രാവിലെ പത്തുമണിക്ക് ബാംഗ്ലൂരെത്തണമെങ്കിൽ തോൽപ്പെട്ടികൂടി അനേകം മൈലുകൾ കറങ്ങിയേ സാധിക്കയുള്ളൂ. ഒറ്റയ്ക്കുള്ള യാത്ര അതിന് കൂട്ട് അല്പം മദ്യം. അതൊരു ശീലമാണ്. ഈ കാട്ടിലൂടെ ഒറ്റയ്ക്ക് ഡ്രൈവ്ചെയ്യാനുള്ള ആവേശത്തിന്റെ മരുന്ന്. വന്യമൃഗങ്ങൾക്കാണ് രാത്രിയിൽ റോഡിനവകാശമെന്ന് കോടതിപോലും വിധിച്ചാൽ മനുഷ്യൻ കറങ്ങുകയേ നിവൃത്തിയുള്ളൂ. എവിടെയും ഒരു ധൈര്യം, അതാണ് ഒറ്റയ്ക്കുള്ള ഈ ഡ്രൈവിങ്. എന്തിനേയും നേരിടാനുള്ള ഈ ധൈര്യമാണ് തന്റെ ബിസിനസ് വിജയത്തിന്റെ രഹസ്യമെന്ന് ഭാര്യയുടെ ചെവിയിൽ വേണ്ടുവോളം കോരിയൊഴിക്കാറുമുണ്ട് അയാൾ.

പൊടുന്നനെ ശബ്ദം നഷ്ടപ്പെട്ട ഇടം തിരഞ്ഞ് ശരീരത്തെ ഒന്നിളക്കാൻ ശ്രമിച്ചു. അതനങ്ങുന്നില്ല. കലുങ്കിനു മുകളിലൂടെ ഏതൊക്കെയോ വാഹനങ്ങൾ ഇടവിട്ട് പാഞ്ഞുപോകുന്നുണ്ട്. ആരും കണ്ടിരിക്കില്ല വിജനമായ ഈ സ്ഥലത്തെ ആക്സിഡന്റ്. ഒന്നു നിലവിളിക്കണം. ഒച്ചയും

പൊങ്ങുന്നില്ല. തവളകളുടെ കൂട്ടക്കരച്ചിൽ പൊങ്ങുന്നുണ്ട്, ചീവിടുകളുടെയും. ഫോൺചെയ്യാം. മൊബൈൽ എവിടെയോ തെറിച്ചുപോയിരിക്കുന്നു. കഷ്ടത്തിൽ എല്ലാം നഷ്ടപ്പെടും. ഇനി അങ്ങനെ ചിന്തിക്കാം. നിവൃത്തികെട്ട് അയാൾ ശരീരത്തെ ആകെയൊന്ന് തടവിനോക്കി. അവയവങ്ങളിൽ എന്തെങ്കിലും നഷ്ടപ്പെട്ടിട്ടുണ്ടോ? അവ യഥാസ്ഥാനത്തുണ്ടെന്ന് തോന്നുന്നു.

ചോരച്ചുപോയ ഉടലിന്റെ നിമ്നോന്നതങ്ങളിൽ വഴുക്കുന്നുണ്ട്. കുഴമ്പുപോലെ നെറുകയിൽനിന്നും ചോര കിനിയുകയാണ്. തകർന്ന കാർ ചില്ലിന്റെ ഏതോ ചീള് ഉരച്ച് പൊളിച്ചുപോയ ഒരപ്പാടിൽ ഒരു പുഴ ചുവന്നിറങ്ങുന്നു. ആരും തടയാനില്ലാതെ അതിന്റെ ഉറവക്കണ്ണ് കൊഞ്ഞനം കുത്തുകയാവും.

ഭയം തോന്നുന്നില്ല.

മരണത്തിന്റെ അവസാന സ്പന്ദനം തേരട്ടപോലെ നെഞ്ചിൽ പുളയ്ക്കുന്നുണ്ട്. കൈപ്പടം, തകർന്ന ഡോറിന്റെ ഷെയ്പ്പുകെട്ട ഇരുമ്പുപുറം തേടി. തുറക്കാനാവുന്നില്ല. പെട്രോൾ മണക്കുന്നുണ്ട്. ചിലപ്പോൾ നിമിഷങ്ങൾക്കകം ഒരു സ്ഫോടനമാകാം. വേഗം ചലിക്കണം. ഒടിഞ്ഞു തൂങ്ങിയ ഇടതു കാലിനെ കൈകൊണ്ട് പൊക്കി അയാൾ പുറത്തേക്കിട്ടു.

പുറകെ ചളുങ്ങിയ മറ്റവയവങ്ങളും.

ഒരു വാഹനം കുരവിളിയോടെ മുകളിലൂടെ പാഞ്ഞുപോയി. ഏതോ ടൂറിസ്റ്റ് ബസാണ്. അവർക്കറിയില്ല കലുങ്കിനടിയിൽ ഒരു മുനുഷ്യൻ മരണത്തോട് പടപൊരുതുന്നുവെന്ന്.

ഇനി നടിക്കയാണോ? ആവാം. താനും അങ്ങനെ ചിലതൊക്കെ നടിച്ചിട്ടുണ്ട്.

റോഡിലേക്കെത്തപ്പെട്ടാൽ രക്ഷപ്പെട്ടേക്കാം. മണ്ണുവിണ്ട തോട്, ജലം തൊടാതെ പിളർന്നുകിടക്കുകയാണ്. നിലത്തുവീണ ചോരയത് നക്കിയെടുത്തു. തന്റെ രക്തം കുടിച്ച ഭൂമി ചിരിക്കുന്നുണ്ടാകും. പരസ്പരം രക്തംകുടിക്കുന്ന മനുഷ്യനെ വെറുക്കുന്ന ഭൂമി നന്നായി ചിരിക്കട്ടെ. ദാഹം, ഒരിറ്റു ജലം വേണം ശക്തി സംഭരിക്കാൻ. കുടിച്ച കുപ്പിവെള്ളത്തിന്റെ തകർന്ന ബോട്ടിൽ ചിതറിപ്പോയിട്ടുണ്ടാകും.

കലുങ്കിനു കീഴോട്ട് കല്ല് തൂക്കിക്കെട്ടിയിരിക്കയാണ്. ഇനി പാമ്പിനെപ്പോലെ ഇഴയണം മുകളിലേക്ക്.

ഇഴഞ്ഞു. അവസാനം റോഡളന്ന കുതിരക്കല്ല് വട്ടത്തിൽ പിടിച്ച് ശരീരത്തെ റോഡിലേക്ക് അയാൾ മറിച്ചിട്ടു.

ആദ്യത്തെ പ്രകാശത്തിനുനേരെ ഒന്നു കൈപൊക്കി. ഒരു മൂളലോടെ അതുപാഞ്ഞുപോയി. കണ്ടിരിക്കില്ല കണ്ടാൽ....?

ചോര കുതിരക്കല്ലിലൂടെ ഒഴുകുകയാണ്.

വീണ്ടും വെളിച്ചം കണ്ട് ഒന്നലറിനോക്കി. ഒച്ച ഒരു കലമ്പലോടെ റോഡിൽ വീണു. വന്ന വാഹനം ഒന്നു നിന്നു.

വാഹനത്തിനുള്ളിൽ തൊണ്ടയൊട്ടിയ ഒരു ഭയത്തിന്റെ പെരുമ്പറ

മുഴങ്ങി.

“വേണ്ട. കൃത്യസമയത്ത് ഗുരുവായൂരെത്താനുള്ളതാ. ചോറൂട്ട് മുടങ്ങും.”

അതൊരു മൂളലോടെ ഇരച്ചുപോയി.

അനക്കം വശംകെട്ടുകൊണ്ടിരിക്കുന്നു. ആവതും ശ്രമിക്കണം. വാഹനങ്ങൾ ഇനിയും വരും.

കറുത്തുപോയ റോഡിലേക്ക് ശരീരത്തെ ആവുന്നപോലെ പൊക്കി നിർത്തി. ഇപ്പോൾ ചുവന്നുപോയ ഒരു മനുഷ്യൻ കുത്തിനിർത്തിയ മുളവില്ലുപോലെ നിന്നാടി. ഇരച്ചെത്തിയ അടുത്ത വാഹനം വീറോടെ ഒന്നു വെട്ടിച്ച് കടന്നുപോയി. എവിടെയോ കുഴപ്പമുണ്ട്. അയാൾ ചിന്തിച്ചു.

ജീവിതത്തിന്റെ ഉമ്മറപ്പടിയിൽനിന്ന് ആരോ തന്നെ ചവിട്ടിത്തള്ളുകയാണ്. ഹൃദയത്തിന്റെ മിടിപ്പ് മന്ദഗതിയാകുന്നു.

ഇതാണ് രക്തത്തോടുള്ള ഭയം. ജീവിതത്തെക്കുറിച്ചുള്ള സ്വാർത്ഥം. ഓർമ്മകളിലേക്ക് മുഖമടച്ച് വീണുപോയി അയാൾ; നരകകവാടത്തിന്റെ ഏതോ തീക്കുഴിയിലേക്കെന്നപോലെ. ഇതു ശരീരമല്ല. ഉലയിൽവച്ച ഇരുമ്പുദണ്ഡു പഴുക്കുന്നതാണ്.

മദ്യം തിളപ്പിച്ച ശരീരഭാഗങ്ങളുമായി നഗരത്തിന്റെ ഇരുളിലൂടെ പായുമ്പോൾ.... മുമ്പിൽ തകർന്നുകിടക്കുന്ന ഒരോട്ടോറിക്ഷ. അതിൽ നിന്നും ചോരപുരണ്ട ഒരു മനുഷ്യൻ പുറത്തിറങ്ങി ജീവനുവേണ്ടി യാചിക്കുന്നു.

എന്നിട്ടും, കത്തിപോലെ വാക്കുകൾ എറിഞ്ഞുകൊടുത്തു.

“എവിടെനോക്കിയാടാ വണ്ടിയോടിക്കുന്നേ?”

വായനിറഞ്ഞ ചോരതുപ്പി അയാൾ യാചിച്ചപ്പോൾ ഊരാക്കുടുക്കിന്റെ ചങ്കിടിച്ചു. പൊല്ലാപ്പ്.. രാത്രികളിൽ എല്ലാ മനുഷ്യരും ഇങ്ങനെയാവും. മൃഗത്തിന്റെ തോലിട്ട് ഇരതേടിയിറങ്ങും. പരസ്പരം കാണാത്ത ഇരുട്ടുമറയ്ക്കുള്ളിൽ ശിലായുഗത്തിലേക്ക് പോകും. കൊല്ലുന്നതും ജീവിപ്പിക്കുന്നതും മനുഷ്യനാണ്. ആരാച്ചാരുടെ തലമുറ വളർന്നുവരുന്നുണ്ട് ഉള്ളിന്റെയുള്ളിൽ. പകലൊരലിവോടെ മുഖംമിനുക്കി വയ്ക്കുന്നവർ രാത്രിയിൽ ശരീരത്തിന്റെ പെരുംസുഖംതേടും.

ഇപ്പോളൊന്നു പൊട്ടിക്കരയാൻ അവസരമുണ്ട്. തിളച്ചാറ്റിയ ടാർ റോഡിൽ മുഖമുരച്ച് അത് ചെയ്തു. മാംസമുരഞ്ഞ് രക്തം കവിളിലേക്കിരച്ചെത്തി. ഇത് അതല്ല കണ്ണീരാണ്. ഇത്രയും കണ്ണീരിന്റെ ഒരു കുളം അവയവങ്ങൾക്കിടയിൽ ഒളിച്ചിരിപ്പുണ്ടായിരുന്നോ?

ഹൃദയം വരണ്ടുകത്തുമ്പോൾ നനയ്ക്കാനാകും. ചുണ്ടിലേക്കെത്തിയ ഉപ്പുപരലുകൾ നക്കിരുചിച്ചു.

വീണ്ടും മറ്റൊരു വാഹനം ആർത്തിയോടെ വന്നു. വന്നതൊക്കെ അകലുന്നത് ഇരപ്പുകൂട്ടിയാണ്. അതിൽ മനുഷ്യനെ ഭയക്കുന്നവരുണ്ടാകും. ധൈര്യമവന്റെ മുഖത്തെ പകലിന്റെ പാടയാണ്.

നരകകവാടംതുറക്കുന്ന ഒച്ചയായിരുന്നു ഓരോ വാഹനത്തിനും.

ഇരുട്ടിന്റെ ഇരുമ്പുമറയ്ക്കുള്ളിലേക്കാണ് അതൊക്കെ ഓടിച്ചുകയറ്റുന്നത്.

"രക്ഷിക്കണം സാർ. എന്റെ കുഞ്ഞുങ്ങൾക്കാരുമില്ല നൂറുരൂപയക്ക് ഒരാശുപത്രിക്കേസിറക്കി തിരിച്ചുവന്നതാണ്."

അന്നേരം നാലുകാലുള്ള ഒരു ജന്തു ഇങ്ങനെ ചിന്തിച്ചു.

അരുത്.. നാളെ തിരക്കുള്ള ദിവസമാണ് കേസ്.. കോടതി... വിചാരണ... വയ്യാവേലികൾ ജീവിതത്തിന്റെ ഭാഗമല്ല.

കാർ വേഗത്തിൽ വിട്ടു. വീട്ടിലെത്തി കാറിനു പുറകിലെ ബോണറ്റിൽ അയാളുരച്ച രക്തത്തിന്റെ കറ വിസ്കിയിൽ കഴുകി.

ഭാര്യയുടെ ചൂടുപറ്റി... കൂട്ട്സുഖത്തിന്റെ ആഴങ്ങളിലൂടെ പതുപതുത്ത്...

അവൾ പറഞ്ഞു:

"വല്ലാത്ത ചോരയുടെ നാറ്റം.. ശരീരത്തിലെവിടെയാണ് മുറിഞ്ഞത്?"

നാൽക്കാലി മുരണ്ടു.

"എവിടെയുമില്ല.. വിയർപ്പാണ് അത് ചോരയിൽനിന്ന് വേർതിരിയുന്നതാണ്. " മുറിയിൽ വെളിച്ചമുണ്ട്; പുറത്തിരുട്ടും.

പ്രഭാതം ഉടൻ വരും, അതിനുമുമ്പേ നമുക്ക് തളർന്നുറങ്ങണം.

മുൻകാലുകളുയർത്തി ഇണയുടെ പുറത്തുവച്ച് അയാൾ ഒന്നമറി.

ഒരു ഞരക്കംപോലും പിളർത്താതെ ചോരയുടെ ഗന്ധം ആവാഹിക്കാനെന്നപോലെ അവൾ മൂക്ക് വിടർത്തുകയായിരുന്നു.

കലി രക്തത്തോടായിരുന്നുവല്ലോ. അതടങ്ങിയപ്പോൾ അവൾ വീണ്ടും പറഞ്ഞു:

"ഇതു സാധാരണപോലെ വിയർപ്പിന്റേതല്ല, ചോരയുടേതാണ്. "

ചിരിക്കാനാണ് തോന്നിയത്. തേറ്റപ്പല്ലിന്റെ മുന അവളുടെ കവിളത്തമർത്തി.

പുറത്തേക്കൊഴുകിയതും രക്തത്തിന്റെ വകഭേദംതന്നെയാണ്.

അവൾ പിന്നൊന്നും മിണ്ടാതെ ചിതറിയ ഉടലിനെ പെറുക്കിക്കൂട്ടാൻ മിനക്കെടാതെ അങ്ങനെതന്നെ കണ്ണുകളെ ഇറുക്കിയടയ്ക്കുന്നതു കണ്ടു.

പിറ്റേന്ന്, ടി വിയിലാണ് കണ്ടത്.

ഓട്ടോറിക്ഷക്കാരന്റെ ശവശരീരത്തിന്റെ കഥ. ഒരു കുടുംബത്തിന്റെ നിരാലംബത റിപ്പോർട്ടർ വിശദീകരിക്കുകയാണ്. മടുപ്പുതോന്നി.

ഒരു പെഗ്ഗടിക്കണം. അതുചെയ്യുമ്പോൾ അടുക്കളയിൽ ഇറച്ചി വേവുന്ന ഗന്ധം പെരുകി വന്നു.

മുടിയഴിച്ചിട്ട് അവൾ ഇറച്ചിപ്പാത്രം ഇളക്കുകയാണ്. തീക്കുണ്ഡത്തിനു മുകളിൽ തിളച്ച എണ്ണയിൽ ഇറച്ചിച്ചേർപ്പിന് രക്തത്തിന്റെ നിറം. പതിവില്ലാതെ മുടിയഴിച്ചിട്ട ഭാര്യ യക്ഷിക്കഥയിലെന്നപോലെ കണ്ണുരുട്ടി നാവു നീട്ടുന്നു.

"എവിടുന്നു കിട്ടി രാവിലെ നിനക്കീയിറച്ചി."

"ഒരാൾ കൊണ്ടുവന്നു തന്നതാണ് പേരറിയില്ല."

തിളച്ച എണ്ണയിൽ ഓട്ടോറിക്ഷക്കാരന്റെ മുഖം ഇളകി. ഒരു മാംസ പിണ്ഡം വെന്തുപൊങ്ങി.

"എന്നെ രക്ഷിക്കണം സാർ എനിക്ക് മരിക്കേണ്ട."

ഭാര്യ സൂക്ഷിച്ചുനോക്കിയപ്പോൾ അഗ്നിയാണ് ഇറങ്ങിവന്നത്. ഇവൾക്കിതെന്തുപറ്റി? മുഖംകുനിച്ച് പുറത്തുകടന്നു.

ഇരട്ടക്കുളമ്പുള്ള സ്വന്തം കാലിന്റെ ഒച്ച ടൈൽസിട്ട മുറിയിൽ മുഴങ്ങി. ഉള്ള് പറഞ്ഞു. സർവ്വ സാധാരണമായ ഒരു വിഷയത്തിൽ മനസ്സിനെ ഇങ്ങനെ പീഡിപ്പിക്കരുത്.

ഇപ്പോൾ അനാഥത്വത്തിന്റെ പെരുവഴിയിൽ ജീവനറ്റുപോകുന്ന നിമിഷത്തിൽ പൊള്ളിയ മനസ്സിനെ നേരെയാക്കാൻ പറ്റുന്നില്ലല്ലോ ദൈവമേ..!

ങേ.. ദൈവമോ? അതെ എല്ലാ സഹായങ്ങളും നഷ്ടപ്പെടുമ്പോൾ മനുഷ്യൻ ഉച്ചരിക്കുന്ന ഒരു വാക്ക്.

ചിതൽ തിന്ന ഹൃദയത്തെ അതുണർത്തും. ഉച്ചത്തിൽ വിളിക്കാം. പക്ഷേ, ഒരു നിലവിളിപോലുമുയരുന്നില്ലല്ലോ.

ജലം കിട്ടാത്ത തൊണ്ടക്കുഴി വിണ്ടുപിളർന്നിരിക്കുന്നു.

ഇരുട്ടുകീറിയ അടുത്ത വെളിച്ചത്തിന്റെ സൂചിക്കുത്തിലേക്ക് വീണ്ടും കൈയുയർത്തിപ്പിടിച്ചു അയാൾ.

പാണ്ടി ലോറി ഒന്നു നിർത്തി. ഭയന്ന് അതും ഇരച്ചുപോയി നരക കവാടത്തിന്റെ ഇരുമ്പുമറയ്ക്കുള്ളിലേക്ക്.

ഇത് രാത്രിയാണ്. മറ്റൊരാൾ കാണാനില്ലങ്കിൽ പത്തായത്തിനുള്ളിൽ ആരാണ് വിളക്ക് കൊളുത്തിവയ്ക്കുക?

എന്നാൽ ഒരാളുണ്ടാകുമല്ലോ!

അയാൾ ആരാണ്? എവിടെയാണ്?

എപ്പോഴാണ് വരിക ....?

സമയം കടന്നുപോകുന്നു.

അടുത്ത വാഹനത്തിന്റെ ഇരമ്പലും പ്രകാശവും കലുങ്കിനെ സമീപിക്കുകയാണ്. രക്തം പുഴയായ ഒരു ശരീരം അതിൽ നീന്തി റോഡിൽ പുളയ്ക്കുകയാണ്.

ജീവന്റെ അവസാനത്തെ കണികയും സ്വന്തം ശരീരത്തോട് യുദ്ധം ചെയ്യുന്നത് നമുക്ക് ഇങ്ങനെയാകും ഒരാൾ കാണിച്ചുതരുന്നത്.

ഉപ്പുതൂൺ

കുഞ്ഞുവറീതൂട്ടീടെ വർത്തമാനകാല അവസ്ഥ ദുരിതം നിറഞ്ഞതും, നിലവിൽ മരണംകാത്തുകിടക്കുന്ന തരത്തിലുമായിരുന്നു.

കുഞ്ഞുവറീതൂട്ടീടെ ശുഷ്കിച്ച ശരീരഭാഗങ്ങൾ കട്ടിലിനോട് ചേർത്തുവച്ച് ഒട്ടിച്ച്, വൃത്തിഹീനമായ വീടിന്റെ ഇടുങ്ങിയ മുറികളിലൊന്നിൽ, നേർത്തുപൊന്തുന്ന ശ്വാസവുമായി മല്ലിടുന്നു. മാംസം ചുങ്ങിപ്പോയ അയാളുടെ കുഴിഞ്ഞ കണ്ണുകൾ ഓടിളകിപ്പോയ വീടിന്റെ മോന്തായത്തിലേക്ക് നീണ്ടുകിടക്കുകയാണിപ്പോൾ.

കുഞ്ഞുവറീതൂട്ടിയെ കാണാനായി വന്നവർ തിരിച്ചറിയാൻപോലും കഴിയാതെ പാടുപെട്ടു. കാറ്റുകുത്തിവിട്ട ബലൂൺപോലൊരു ജീവൻ കിടന്ന് കണ്ണീർ വാർക്കുകയാണ്. അതൊക്കെ ഒപ്പിയെടുക്കുന്ന ജോലിത്തിരക്കിലായിരുന്നു അയാളുടെ ഭാര്യ. അതിനായി അവൾ കുറെയേറെ പഴന്തുണിക്കഷണങ്ങളും പ്രത്യേകം കരുതിയിരിക്കുന്നു. ഉടലിലൂടെ അരിച്ചിറങ്ങുന്ന നൊമ്പരക്കെട്ടുകൾ താങ്ങവയ്യാതെ അയാൾ വല്ലാതെ അസ്വസ്ഥപ്പെടുമ്പോൾ ഭാര്യ അയാളെ മറിച്ചും തിരിച്ചും കിടത്തി വേണ്ടുവോളം തലോടലും ആശ്വസിപ്പിക്കലുമായി കൂടിയിരിക്കയാണ്.

"ഒക്കെ മാറും.. കരയാതെ.. ഞങ്ങൾ പ്രാർത്ഥിക്കുന്നുണ്ട്."

അവൾ വെറുതെ പറഞ്ഞുകൊണ്ടിരുന്നു.

ആളുകൾ പറയുന്നത് കുഞ്ഞുവറീതൂട്ടിയെ ദൈവം ശിക്ഷിച്ചുവെന്നാണ്. മറ്റു ചിലർ ദൈവത്തെ വിട്ട് മാരകമായ രോഗങ്ങൾ ആർക്കും വരാമല്ലോ സൽസ്വഭാവികളായവരെയും ഇത്തരം രോഗങ്ങൾ കീഴ്പ്പെടുത്താറുണ്ട് എന്ന് കൂട്ടിച്ചേർത്തു. അയാളുടെ പൊടുന്നനെയുള്ള പതനം ബന്ധുക്കളായവരെ തെല്ലമ്പരപ്പിച്ചുകളയുകതന്നെ ചെയ്തു.

ഒരു മനുഷ്യൻ എത്ര ദുഷ്ടനാണെങ്കിലും വീണുകഴിഞ്ഞാൽ അയാ

ളുടെ സങ്കടങ്ങൾക്കൊപ്പം യാത്രചെയ്യാതിരിക്കുന്നത് ഉചിതമല്ലെന്ന് കരുതും‌പോലെ അവരും സഹതപിച്ചു.

അധികമൊന്നുമായിട്ടില്ല ഏറിയാൽ ആറുമാസം. അതിനുമുമ്പ് കുഞ്ഞുവറീതൂട്ടി ഉരുണ്ടുകൊഴുത്ത് കുടവയറുമെല്ലാമുള്ള ഒരുശിരൻ കുട്ടിയാന തന്നെയായിരുന്നു. ആരെയും പോരിനുവിളിക്കുന്ന പോക്രി. കുറുവാപ്പുഴയ്ക്ക് അക്കരെ ബാവലി ചീട്ടുകളിസംഘത്തിലെ നല്ലൊന്നാന്തരം പുള്ളിമലർത്തു വീരൻ. കിട്ടുന്ന കാശൊക്കെ വാറ്റുചാരായം മോന്താനും കൗണ്ടൻ ചിന്നപ്പയുടെ ഭാര്യ കമലാക്ഷിയുമായി രതി പങ്കിടാനും മാത്രം ഉപയോഗിക്കുന്നവൻ.

പകലാണ് കളിമുഴുവൻ. തോൽക്കുമ്പോൾ സ്വന്തം വീട്ടിൽ വന്ന് കുഞ്ഞുവറീതൂട്ടി ഭാര്യയെ കുനിച്ചുനിർത്തി മർദ്ദിച്ചുകൊണ്ടിരുന്നു. പിള്ളാരെ തലങ്ങും വിലങ്ങും തല്ലി നെലോളിപ്പിച്ചു. ഒക്കെത്തിനും ശക്തി പകരാൻ ബൈരക്കുപ്പയിലെ കഞ്ചാവില കുഞ്ഞുവറീതൂട്ടി മടിക്കുത്തിൽ തിരുകിനടന്നു.

വീണപ്പോൾ കുഞ്ഞുവറീതൂട്ടിക്ക് തോന്നി. ജീവിതത്തെക്കുറിച്ചുള്ള പഠനം ഒരുകാലത്തും അവസാനിക്കുന്നില്ല. കിടന്നുപോയാൽ അത് മനുഷ്യനെ ഓരോന്നും കുത്തിനോവിച്ചുകൊണ്ടേയിരിക്കും. ഒരുകാലത്ത് താൻ വലിച്ചെറിഞ്ഞ ജീവിതത്തിന്റെ പുസ്തകം ഇപ്പോൾ മുമ്പിൽ തുറന്നുകിടപ്പാണ്. മഴയും കാറ്റുമേറ്റ് അതിന്റെ പുറംചട്ട മങ്ങിപ്പോയെന്നുമാത്രം. അയാൾ അതിന്റെ വരികളിലൂടെ കണ്ണ് നനച്ചുവിട്ടു. നിഷേധിച്ചതെല്ലാം താങ്ങായിരിക്കുന്നു. സ്വീകരിച്ചതെല്ലാം പുറന്തള്ളപ്പെടുകയും ചെയ്തിരിക്കുന്നു,

സ്നേഹിക്കുന്നവരെ തിരിച്ചറിയാൻ മനുഷ്യന് ഒരിക്കലുമാവില്ല. ഉന്മാദം നിറച്ച ഉപ്പുചാക്കാണവൻ. തിരിച്ചറിയുമ്പോൾ നനുത്ത് നനുത്ത് ഇല്ലാതാകുന്ന ക്രിസ്റ്റലുകൾ.

തുടക്കത്തിൽ ഒരു കാലായിരുന്നു പ്രതിഷേധം അറിയിച്ചത്. തുടർന്ന് ആ പ്രതിഷേധം മുകളിലേക്ക് പൊന്തി നെടുനീളത്തിൽ ഒരുഭാഗം ദൈവം കൊണ്ടുപോയി. കുലുക്കം കഴിഞ്ഞ് നിശ്ശബ്ദമാകുന്ന ഭൂമി. തകർന്നുതരിപ്പണമായ അവശിഷ്ടങ്ങൾക്കിടയിൽ എന്തോ തിരയുംപോലെ ഭാര്യ എപ്പോഴും അരികിലുണ്ട്.

വന്നു ഭവിക്കേണ്ടിയിരുന്ന അല്ലെങ്കിൽ തള്ളിക്കളയാൻ കഴിയാതിരുന്ന വിധിയുടെ നിയതമായ ചുഴിയിലേക്ക് തന്റെ ഭർത്താവും എങ്ങനെയോ അകപ്പെട്ടു എന്നുമാത്രമേ അവളും കരുതുന്നുള്ളൂ. അയാളുടെ ഭൂതകാല ദുഷ്ചെയ്തികൾക്കുള്ള തിരിച്ചടി. കണക്കുകൂട്ടലുകളുടെ ലോകത്ത് പാളിപ്പോകുന്ന കുടുംബബന്ധങ്ങളെക്കുറിച്ച് അവളപ്പോൾ ആർദ്രയായി.

അലോപ്പതിയിൽ തുടങ്ങി, ആയുർവേദ എണ്ണകളുടെയും ഞവരക്കിഴികളുടെയും മണത്തിൽ മുങ്ങി കുഞ്ഞുവറീതൂട്ടി മാസങ്ങൾ കിടന്നിട്ടും മാറ്റമുണ്ടാകാത്തതിൽ സ്കാൻചെയ്ത ചിത്രത്തിൽനിന്നാണ്

ഡോക്ടർ ഷാജഹാൻ സൂചിപ്പിച്ചത്,

നട്ടെല്ലിന്റെ കുറെ ഭാഗം ദ്രവിച്ചുപോയിരിക്കുന്നു.

മുമ്പ് നടുവേദന ഉണ്ടായിരുന്നുവെങ്കിലും അത് കാര്യമാക്കാതെ താല്ക്കാലിക ഇഞ്ചക്ഷനിലായിരുന്നു കുഞ്ഞുവറീതൂട്ടിയുടെ നെഞ്ചുവിരിക്കൽ.

ആശുപത്രി കിടപ്പിൽ കുഞ്ഞുവറീതൂട്ടി ഒരുദിവസം ചോദിച്ചു:

"എനിക്കെന്നാ രോഗം?"

അവളും മക്കളും മൗനത്തെ പിടിച്ചുനിന്നെങ്കിലും കുഞ്ഞുവറീതൂട്ടി സകലതും ഗ്രഹിച്ചതുപോലായിരുന്നു നോട്ടം.

" ആരുമൊന്നും മിണ്ടാത്തതെന്ത്? ഞാൻ ഭയക്കുമെന്ന് കരുതീട്ടോ....

നോക്കൂ, എനിക്കറിയാം സംഭവിച്ചതെന്തെന്ന്."

മരുന്നിന് മാറാത്തത് സംസാരത്തിന് സാധിക്കും എന്നപോലെ അവളപ്പോൾ അയാളെ തലോടി പറഞ്ഞു:

"ആശ്വസിക്കൂ ഭേദമാകില്ലാന്നൊന്നും ഡോക്ടർ പറഞ്ഞിട്ടില്ല."

പിന്നീട് ചിലരുടെ സഹായത്തോടെ കുഞ്ഞുവറീതൂട്ടി തിരികെ വീട്ടിലേക്ക്. പഴന്തുണിക്കെട്ട് ഓടയിലിടുംപോലെ അയാളെ വീടിന്റെ മൂലയിൽ തള്ളി ബന്ധുക്കൾ വിടപറഞ്ഞുപോയി.

അയാളുടെ സുഹൃത്തുക്കളെ കാണാനേയുണ്ടായിരുന്നില്ല.

തീർച്ചയായും എല്ലാവർക്കുമുണ്ട് കടമകൾ. ഉള്ളവരുടെ കടമയാണ് ഇപ്പോൾ നിറവേറ്റപ്പെട്ടത്. ഇനി താന്താങ്ങളുടെ ലോകത്തിൽ ജീവിതവുമായി അവർ ഏറ്റുമുട്ടും.

ഭാര്യ അടുത്തിരിക്കുന്നു. ഇനി അവളുടെ കടമയാണ്.

ശരീരം നിർജ്ജീവമെങ്കിലും മനസ്സിനെ കോർത്തുവലിക്കുന്ന ഓർമ്മകളുമായി കുഞ്ഞുവറീതൂട്ടി ഏറ്റുമുട്ടുകയായിരുന്നു. അപ്പോഴെല്ലാം ആ കണ്ണുകൾ നിറഞ്ഞുകവിഞ്ഞുകൊണ്ടിരുന്നു. അതു തുടച്ചുമാറ്റി വല്ലാത്തൊരു സ്വരത്തിൽ ഭാര്യചോദിച്ചു:

"ഇനിയും കരയുകയാണോ കരയേണ്ടവർ ഞങ്ങളല്ലേ."

വാക്കുകളുടെ അർത്ഥവ്യാപ്തി മുറിവേല്പ്പിച്ചപ്പോൾ തലതിരിച്ച് അയാൾ ജനാലയഴികളിലൂടെ പുറത്തേക്ക് മിഴിച്ചു. ഉണങ്ങിപ്പോയ മുരിക്കുമരത്തെ ചുറ്റിപ്പിണഞ്ഞ കുരുമുളക് വള്ളിക്ക് മഞ്ഞളിപ്പ് രോഗം ബാധിച്ചിരിക്കുന്നു. ചുടലപ്പറമ്പായ ഭൂമി വിസർജ്ജിക്കുന്ന ഉഷ്ണക്കാറ്റ് ശരീരത്തെ പൊള്ളിക്കയാണ്. അല്ല, അത് കരച്ചിൽ നിർത്തിയവരുടെ ചുടുനിശ്വാസങ്ങളാണ്. തിരശ്ശീല കീറിപ്പോയ സ്ക്രീനിലെങ്കിലും അവ്യക്തമായി സകലതും മിന്നിത്തെളിയുന്നുണ്ട്.

കുഞ്ഞുവറീതൂട്ടി ഭാര്യയെ നോക്കി. ഉണങ്ങിച്ചുരുണ്ട മുരിങ്ങക്കായ പോലുള്ള അവളുടെ ശരീരത്തിലൂടെ സാരിക്കീറ് പുറകോട്ട് ഞാന്ന് കിടപ്പാണ്. തിളക്കം നഷ്ടപ്പെടാത്ത രണ്ട് കണ്ണുകൾ അവൾക്കിപ്പോഴുമുണ്ടെന്ന് അയാൾ കണ്ടു. അവളുടെ സ്പർശം അല്ലെങ്കിൽ ആ പരിചരണം അയാളെ കൂടുതൽ വ്രണിത ഹൃദയനാക്കുകയായിരുന്നു.

അത്രമേൽ സഹിക്കാൻ പറ്റാത്തതായിരുന്നു അവളുടെ പരിചരണവും, സ്നേഹപ്രകടനങ്ങളും.

കടമകൾക്ക് പിഴവു തട്ടാതെ അവൾ ഓടുകയാണ്.

സത്യമായും തനിക്കുമുണ്ടായിരുന്നു ഏറെ കടമകൾ. അതിനി ഒരിക്കലും നിറവേറ്റാനാവില്ലെന്നും അയാൾക്ക് പൊള്ളി. മരണത്തിന്റെയും ജീവന്റെയും ഇടയിലുള്ള നേർത്ത ചരടിൽത്തൂങ്ങി നിസ്സഹായനായി കുഞ്ഞുവറീതൂട്ടി കിടക്കുമ്പോൾ ഭാര്യ പറയുകയാണ്. “ഞങ്ങൾ പ്രാർത്ഥിക്കുന്നുണ്ടായിരുന്നു നഷ്ടമായതെല്ലാം തിരികെ ലഭിക്കാൻ.....”

അയാൾ നോക്കിയപ്പോൾ അവൾ പെട്ടെന്ന് കണ്ണുകൾ തുടച്ച് നിറംകെട്ടൊരു ചിരിയോടെ വീണ്ടും മൗനത്തിലേക്ക് മുങ്ങിപ്പോയി.

അപ്പോൾ ജന്മം തന്നവന്റെ (പൊടിയപ്പൻ ചേട്ടൻ)മനസ്സിടിഞ്ഞ വാക്കുകൾ അയാളുടെ ശരീരത്തെ വെട്ടിമുറിച്ചു.

“...ഇവൻ നശിക്കാനുണ്ടായവൻ....”

നീതിമാനായ ഒരച്ഛന്റെ മകൻ ഇങ്ങനെ നശിക്കുമോ? മറ്റുള്ളർ ചോദിക്കുമായിരുന്നു.

കുഞ്ഞുവറീതൂട്ടിക്ക് അസ്വസ്ഥത പെരുക്കുന്നതു കണ്ട് ഭാര്യ ചോദിച്ചു:

‘‘എന്തേ വേദന അധികമായി തോന്നുന്നുണ്ടോ?’’

പെട്ടെന്നവൾ ഗുളികകളുടെ ഗണത്തിൽ തപ്പി രണ്ടു മഞ്ഞഗുളികകൾ കൈയിലെടുത്തു. കുഞ്ഞുവറീതൂട്ടിയുടെ ചുണ്ടുകൾ പക്ഷിക്കുഞ്ഞിനെപ്പോലെ പിളർന്നപ്പോൾ, ആ വാക്കോണിൽ ഗുളികകൾ നിക്ഷേപിച്ച് അല്പം വെള്ളവുംകൂടി പകർന്നുകൊടുത്തു. അതൊരു ശബ്ദത്തോടെ തൊണ്ടക്കുഴി ഇറങ്ങിയോടി. അന്നേരം പൂതലിച്ച കട്ടിളപ്പടിക്കപ്പുറം ഇളയ മകന്റെ ഭയന്ന മുഖം തെളിഞ്ഞുവന്നു. അയാൾ അവന്റെ സാമീപ്യം ആഗ്രഹിക്കുന്നുവെന്നു മനസ്സിലാക്കി അവൾ പറഞ്ഞു:

‘‘അവനിപ്പോഴും അച്ചാച്ചനെ പേടിയാന്നാ പറയുന്നേ.’’

അയാൾ മദ്യപിച്ചുവരുന്ന നാളുകളിൽ അവനെ പുറത്തൊരു കുട്ടക്കടിയിലാവും അവൾ ഒളിപ്പിക്കുക. ഒരിക്കൽ ആ കുട്ടയെ തൊഴിച്ചപ്പോൾ അവൻ മുറ്റത്തേക്ക് തെറിച്ചുവീണ് അലറിക്കരഞ്ഞിരുന്നു. ആ പേടി ഇന്നും അവന്റെ മുഖത്തുണ്ട്.

നടുക്കം പുറത്തുവിടാതെ കുഞ്ഞുവറീതൂട്ടി കണ്ണുകൾ ഇറുകെ പൂട്ടി.

ഭാര്യ ബൈബിൾ വായന തുടങ്ങിയിരുന്നു.

മൗനത്തിന്റെ അളവു കൂടിവരുമ്പോൾ അവൾ അങ്ങനെയാണ് സാധാരണ ചെയ്യാറുള്ളത്.

ശാപമേറ്റ് ഉണങ്ങിപ്പോയ അത്തിവൃക്ഷത്തിന്റെ ഉപമ അവൾ വീണ്ടും വീണ്ടും വായിക്കുകയാണ്. പലപ്പോഴും അവൾ തനിക്കായ് കരുതിവച്ചതുപോലാണ് വായനകളെല്ലാമെന്ന് അയാൾക്കറിയാമായിരുന്നു. ഇരുമ്പുകൊക്കപോലെ അതൊക്കെ ഹൃദയത്തെ കോർത്തുവലിച്ചുകൊണ്ടി

രുന്നു.

മറ്റൊരിക്കൽ അവൾ വായിച്ചത് പഴയനിയമ പുസ്തകത്തിലെ ലോത്തിന്റെ കഥ. പശ്ചാത്തപിക്കാത്ത സോദോം-ഗോമോറാ നഗരം തീയും ഗന്ധകവും വീണ് കത്തിയെരിയുന്നത്. അവിടെനിന്നും ജീവനും കൊണ്ടോടിയ ലോത്തും ഭാര്യയും. ദൈവത്തിന്റെ നിർദ്ദേശം അവഗണിച്ച് നാശം തിരിഞ്ഞുനോക്കിയ ലോത്തിന്റെ ഭാര്യ ഉപ്പുതൂണായ ഭാഗം കുഞ്ഞുവറീതൂട്ടിയെ വല്ലാതെ സ്പർശിച്ചു.

അയാൾ ആ സന്ദർഭത്തെ നെഞ്ചിലേക്കാവാഹിച്ചു കണ്ണീർ വീഴ്ത്തി.

ആത്മാവിന് ആശ്വാസം അവളുടെ ഇത്തരം വായനകൾ തന്നെയാണ്.

കുഞ്ഞുവറീതൂട്ടി ഓർത്തു, മുമ്പ് അവൾ പള്ളിയിൽ കുർബ്ബാന കൊണ്ട് മടങ്ങിവരുമ്പോഴെല്ലാം വികാരിയച്ചന്റെ പ്രസംഗത്തിന്റെ പ്രസക്തഭാഗങ്ങൾ തന്നിലേക്ക് പകർത്താൻ ശ്രമിച്ചപ്പോഴുണ്ടായ നിമിഷങ്ങളെപ്പറ്റി...

(അപ്പോഴെല്ലാം അയാൾ അവളെ കുനിച്ചു നിർത്തി മർദ്ദിച്ചിരുന്നു)

കുഞ്ഞുവറീതൂട്ടി ചോദിച്ചുപോയി:

"നിനക്ക് വേദനിച്ചോ?"

അവൾ അതിശയപ്പെട്ടു. എങ്കിലും പറഞ്ഞു:

"സഹ്യമല്ലാത്ത ഒരു വേദനയുമിപ്പോളെന്റെ മുമ്പിലില്ലല്ലോ."

അന്നേരം ചത്തമീനിന്റേതുപോലുള്ള രണ്ടുകണ്ണുകൾ അവൾക്കു പിന്നിൽ പ്രത്യക്ഷപ്പെട്ടു. അതിനു പുറകിൽ വീണ്ടും രണ്ടെണ്ണം കൂടി... വീണ്ടും രണ്ട്...എന്നിങ്ങനെ ആറു കണ്ണുകൾ.

ആ കണ്ണുകളിലൊക്കെ കറുത്തമഷി പടർന്നുകിടക്കുന്നത് അയാൾ കണ്ടു.

ആ മുഖങ്ങളിലെ വികാരവിചാരങ്ങൾ നിനച്ചെടുക്കണമെന്ന് വ്യാമോഹപ്പെട്ട് അയാൾ സ്വന്തം ഹൃദയത്തിന്റെ ആഴങ്ങളിലേക്ക് മുങ്ങാങ്കുഴിയിട്ടു.

അയാൾക്കൊന്നും കണ്ടെത്താനായില്ല.

ശൂന്യം..തീർത്തും..ശൂന്യം.

കടുത്തവേനലിൽ കരിഞ്ഞുപോയ മുറ്റത്തെ മുത്തങ്ങപ്പുല്ലുകളെപ്പറ്റി അയാളപ്പോൾ വ്യാകുലപ്പെട്ടു.

പൊടുന്നനെ ഒരു ബോധോദയം കുഞ്ഞുവറീതൂട്ടിയിൽ തിളച്ചുപൊന്തി. അത് ആകാംക്ഷയിൽ ഉടൽ തരിപ്പിച്ച് വാക്കുകളായി.

അയാളുടെ ഭാര്യ അത്ഭുതപ്പെട്ടുപോയി!

അയാൾ ജീവിതത്തിൽ ഇതുവരെ ചോദിക്കാതിരുന്ന ചില സംശയങ്ങൾ ഇതാ മുമ്പിൽകിടന്നുപുളയ്ക്കുന്നു.

അന്നേരം അവളിൽ ഒരു വികാരത്തള്ളിച്ചയും പ്രകടമായി. ദ്രുതഗതിയിലെന്നോണം അവളതിന് മറുപടി കൊടുക്കാൻ ചുണ്ടുകൾ ചലിപ്പിച്ചു.

‘‘ഒന്നിനും ഒരു കുറവുമില്ലിവിടെ ...മൂത്തമകൾ അപ്പുറത്തെ ഈശോ മാത്തൂന്റെ വീട്ടിൽ അടുക്കളപ്പണിക്ക് പോന്നുണ്ട്. കഴിഞ്ഞാഴ്ച ഈശോ മാത്തൻ തന്ന അയ്യായിരം രൂപകൊണ്ട് ചെലവുകൾ ഒരുവിധം ഒതുക്കാൻ കഴിഞ്ഞു.’’

അറുത്തകൈക്ക് ഉപ്പുതേക്കാത്ത ഈശോമാത്തുവോ എന്നൊന്നും അയാൾ ചോദിച്ചില്ല. നാട്ടിലെ മാന്യന്മാരുടെ അകം പൂച്ചുകൾ അറിയുന്ന കിരാത വഴികളിലായിരുന്നല്ലോ കുഞ്ഞുവറീതുട്ടിയും. ആ മുഖം ഈശോയുടേതെങ്കിലും അകം ലൂസിഫറിന്റേതാണ്.

അന്നേരം അവൾ തോരാത്ത മഴപോലെ പെയ്യുകയായിരുന്നു.

‘‘കുറച്ചുനാളായി ഇളയോൾ ടൗണിലെ ടെലിഫോൺ ബൂത്തിൽ ജോലിയാണ്. താമസിയാതെ അവൾക്കും നല്ല വരുമാനമായിത്തുടങ്ങും.’’

അതുപറഞ്ഞുതീർന്നതും അവൾ ഗദ്ഗദത്തിന്റെ വക്കോളമെത്തിയിരുന്നു. പിന്നെ തൊണ്ട കുത്തിയിട്ടെന്നവണ്ണം അവിടെത്തടവി വീണ്ടും വാക്കുകളെ ചൂഴ്ന്നെടുത്തു.

‘‘അറീമോ ഇനിയുള്ളത് നമ്മുടെ ആനിമോളാണ്. അവളിപ്പോൾ എട്ടാംക്ലാസിലാ പഠിക്കുന്നത്......താമസിയാതെ അവൾക്കും നല്ല വരുമാനമാകും.’’

അവളുടെ അവസാനത്തെ വാക്കുകൾ ഇടറിപ്പോയിരുന്നു.

പൊടുന്നനെ അവളിൽ ഒരു കരച്ചിലിന്റെ കുളിച്ചേറ്റമായി.

അവളുടെ വാക്കുകളും കണ്ണീരും കൂടിക്കലർന്ന ഉപ്പുകാറ്റ് അയാളെ തൊട്ടു.

ഇപ്പോൾ, പത്തു കണ്ണുകൾ ഒരേസമയം പൊഴിച്ച ഉപ്പുവെള്ളത്തിൽ അയാൾ പൊങ്ങിക്കിടന്നു.

അവിടെക്കിടന്നയാൾ സോദോം-ഗോമാറായിലെ തീച്ചൂളയിലേക്ക് നോക്കി.

മാനംമുട്ടെ അഗ്നിയും പുകയും പൊന്തുകയാണ്.

അവിടെ, തകരുന്ന നഗരങ്ങളെ കണ്ടുകൊണ്ട് ഒരു ഉപ്പുതൂൺ ഉയർന്നുയർന്നു വന്നു. തലചെരിച്ച് അയാൾ ഭാര്യയുടെ മുഖത്തേക്ക് നോക്കി.

അയാൾ അവിടെ കണ്ടു. തിണർത്ത ഒരു വര!

ജീവിതം തീക്കൊള്ളികൊണ്ട് വരയ്ക്കപ്പെട്ട നെടുനീളത്തിലൊരു വര.

ഉച്ചഭാഷിണികൾ

രമേശൻ നടന്നു.

ആകാശത്തുനിന്നും പ്രകാശത്തിന്റെ പ്രതിപ്രവർത്തനം ഭൂമിയിലേക്ക് ഇറങ്ങിവന്ന് ഇരുളിനെ അത് കോരിയെടുക്കുകയാണ്.

പുലർച്ചെ പുറപ്പെട്ടാലേ ഇരുളുംമുമ്പ് വീട്ടിൽ തിരിച്ചെത്താനാവൂ, അതുകൊണ്ട് രമേശൻ വേഗത്തിൽ നടന്നു ബസ്സ്റ്റോപ്പിലേക്ക്.

വാഹനങ്ങൾ വെളിച്ചമണച്ചിരുന്നില്ല.

'അയ്യോ രക്ഷിക്കണേ..കൊല്ലുന്നേ.'

ആത്മരക്ഷയ്ക്കായി ആരോ നിലവിളിക്കുന്നു.

തിരിഞ്ഞോടണമെന്ന് രമേശന് തോന്നി. എങ്കിലും മനുഷ്യസഹജമായ കാര്യമറിയുവാനുള്ള ഒരു ത്വരയപ്പോൾ നെഞ്ചിൽ കൂടുകെട്ടിക്കിടന്നു.

റോഡരികിലെ പടർപ്പൻ വാകമരത്തിന്റെ മറവിൽ രമേശൻ പൊടുന്നനെ ഒളിച്ചു. മരത്തിനുകീഴെ പൊഴിഞ്ഞ ചുവന്നപൂക്കളുടെ ഒരു മെത്ത തന്നെ രൂപപ്പെട്ടിരിക്കുന്നു.

സൈക്കിളിൽ പത്രക്കെട്ടുമായി വന്ന ഒരു ചെറുപ്പക്കാരനെ കുറച്ചു പേർ തടഞ്ഞുനിർത്തി വലിയ വെട്ടുകത്തിക്ക് തലങ്ങും വിലങ്ങും വെട്ടുകയാണ്. സിനിമയിൽമാത്രമേ രമേശൻ അത്തരം വെട്ടുകത്തികൾ കണ്ടിരുന്നുള്ളൂ, വെട്ടുകളും. പിമ്പേയെത്തിയ ഓട്ടോറിക്ഷയിൽ കൊലയാളികളായിരുന്നു. അവർ സൈക്കിളിനെ വിലങ്ങി വീഴിച്ചിരിക്കുന്നു.

ചെറുപ്പക്കാരൻ ജീവനുവേണ്ടി നിലവിളിക്കുകയാണ്.

അവന്റെ തൊണ്ടയിൽ ആരും കുത്തിപ്പിടിച്ചിരുന്നില്ല. കരയാനുള്ള അവന്റെ അവകാശം അവർ വിട്ടുകൊടുത്തിരുന്നതുപോലെ.

ചെറുപ്പക്കാരൻ നിലത്തു കിടന്ന് ജീവനുവേണ്ടി അലറിപ്പിടഞ്ഞപ്പോൾ കൈകൾക്കൂടി വെട്ടിമാറ്റി നിർദ്ദയം അവനെ റോഡിൽത്തള്ളി

അവർ അടുത്ത ഇരയെത്തേടിപ്പോയി.

ചിതറിയ വർത്തമാനപ്പത്രങ്ങളിലേക്ക് രക്തംതെറിച്ച് ഒഴുകിപ്പരക്കുന്നു.

ചെറുപ്പക്കാരന്റെ അരികിലെത്താൻ ഭയം രമേശനെ അനുവദിച്ചില്ല. കാത്തിരിക്കുകതന്നെ. ആരെങ്കിലും അയാളെ സഹായിക്കാനെത്താതിരിക്കില്ല. എന്നാൽ വന്നവരും കണ്ടവരും ഓടി മറഞ്ഞുകൊണ്ടിരുന്നു.

പൊടുന്നനെ ഉച്ചഭാഷിണി മുഴങ്ങി.

'ആത്മസംയമനം പാലിക്കുക. പരസ്പരം ആക്രമിക്കാതിരിക്കുക. ഒത്തുതീർപ്പുവ്യവസ്ഥകൾ നിലവിൽ വന്നിരിക്കുന്നു.'

മൃതശരീരത്തെ മറികടന്ന് അതു വരികയാണ്.

സർവ്വകക്ഷി സമാധാന യോഗത്തിന്റെ അറിയിപ്പായിരുന്നു അത്.

ഒരോട്ടോറിക്ഷയിൽ ബോക്സുകൾ കെട്ടിവച്ചിരിക്കുന്നു. അതിലൂടെ ശബ്ദം തെറിച്ചു വീഴുകയാണ്.

ഉച്ചഭാഷിണി ആവർത്തിച്ചുകൊണ്ടേയിരുന്നു.

'അഹിംസ പ്രചരിപ്പിച്ച ഗാന്ധിജിയുടെ നാടാണിത്, പരസ്പരം ഹിംസിക്കാതിരിക്കൂ പ്രിയപ്പെട്ടവരെ. നമ്മൾ സഹോദരീസഹോദരന്മാരാണ്.'

രമേശന് അല്പം ധൈര്യം വന്നു.

അയാൾ മരത്തിന്റെ മറവിൽനിന്നും വെളിച്ചത്തിലേക്ക് ഓടിവന്ന്, ആ മധുരസ്വരം ആരുടേതാണന്ന് തിരിച്ചറിയാൻ ഓട്ടോറിക്ഷയിലേക്ക് സൂക്ഷിച്ചുനോക്കി.

രമേശൻ ഞടുങ്ങിപ്പോയി.

അതിൽ ആരുമില്ല!

വീണ്ടും നോക്കി.

ഇല്ല..

ഡ്രൈവർപോലുമില്ല.

റിമോട്ട് കൺട്രോളിൽ അത് ഓടിക്കൊണ്ടേയിരിക്കുന്നു.

മഷിനിലം

അനേകം നാളുകളുടെ കാത്തിരിപ്പിനൊടുവിലാണ് അയാളെത്തേടി അദ്ധ്യാപകജോലി പോസ്റ്റലിൽ വന്നത്.

ഇപ്പോൾ, മണിക്കൂറുകൾ നീണ്ട യാത്രയ്ക്കൊടുവിൽ സ്കൂൾ സ്ഥിതിചെയ്യുന്ന ചുവന്ന മണ്ണിൽ അയാൾ കാലുകുത്തി. പൊടുന്നനെ വിദ്യുത് പ്രവാഹംപോലെ ഒരു വിറയൽ അയാളുടെ സിരകളിലൂടെ കടന്ന് അത് ഉടലിനെ തരിപ്പിച്ചുകളഞ്ഞു.

ഈ മണ്ണിനെക്കുറിച്ച് ചരിത്രം നല്കിയ വേപഥുക്കളുടെയും, സന്ദേഹങ്ങളുടെയും ഓർമ്മകൾ നെഞ്ചേറ്റി നിശ്വാസമുതിർത്തു അയാൾ.

കുറച്ചു കടകൾ വാ പൊളിച്ചിരിക്കുന്ന അങ്ങാടിയായിരുന്നു തുടക്കം.

ഏതുനിമിഷവും ഒരു ഹർത്താൽ ജനത്തിനു മുകളിലേക്ക് വന്നു വീഴാവുന്ന പ്രദേശം. കനത്തപ്രഹരങ്ങൾ താങ്ങി കല്ലുപോലായ മനുഷ്യ മുഖങ്ങൾ, അവർ എല്ലായിടത്തും യാന്ത്രികമായി ചലിക്കുന്നു.

ഒരു ഭ്രാന്തിസ്ത്രീ എതിരെ വരുന്നു. മുഷിഞ്ഞ തുണിക്കോലമുള്ള വൾ.

അവൾ വിതുമ്പുകയും വാക്കുകളെ പുലമ്പുകയും ചെയ്യുന്നുണ്ടായിരുന്നു.

ആളുകൾക്ക് മറഞ്ഞുനിന്നുള്ള എത്തിനോട്ടങ്ങളേയുള്ളൂ. അപരിചിതനെക്കണ്ടതുകൊണ്ടാവണം.

പൊടുന്നനെ അയാൾ ഓർമ്മിച്ചു, തന്റെ പ്രിയപ്പെട്ട ഫൗണ്ടൻപേനയിൽ മഷി തീർന്നിരിക്കുന്നു.

അത് നിറയ്ക്കണം. എന്നിട്ടുവേണം സ്കൂളിലേക്കെത്താൻ. ജോലി തുടങ്ങാനുള്ള ഒപ്പ് ഇതിൽനിന്നു തുടങ്ങണം.

എവിടെ മഷി?

ഓരോ കടകളും കയറിയിറങ്ങി ഇഷ്ടമുള്ള മഷിനീല ചോദിച്ച അയാൾ അത്ഭുതപ്പെട്ടുപോയി! ഒരു കടയിലും അയാൾ അന്വേഷിച്ച നിറം കിട്ടാനേയില്ല. എല്ലായിടത്തും ചുവപ്പാണ്!!! ചുവന്ന മഷിനിറം മാത്രം! തന്റെ പേനയിൽ ഇതുവരെ നിറയ്ക്കാത്ത ആ നിറത്തെ ചൊല്ലി അയാളപ്പോൾ വേദനപ്പെട്ടു. പിന്നെ സ്വന്തം പേനയിലെ മഷി വറ്റിയ പ്രിയപ്പെട്ട ദിവസത്തിന്റെ ചങ്കിടിപ്പും പേറി അസ്വസ്ഥനായി അയാൾ സ്കൂളിലേക്ക് നടന്നു.

അപ്പോയിന്റ്മെന്റ് ഓർഡർ ഹെഡ്മാസ്റ്ററെ കാണിച്ചു. ബോദ്ധ്യം വന്ന അയാൾ രജിസ്റ്റർ നീട്ടി. അതിൽ ആദ്യദിവസത്തെ ഒപ്പിടാൻ അയാൾ തന്റെ പ്രിയപ്പെട്ട പേന എടുത്തു. പെട്ടെന്നാണ് അതിൽ മഷിയില്ലല്ലോയെന്ന് സങ്കടപ്പെട്ടു പോയത്.

ചിരിച്ചുകൊണ്ട് ഹെഡ്മാസ്റ്റർ അയാൾക്കൊരു പേന നല്കി. അതും ചുവപ്പായിരുന്നു.

രജിസ്റ്റർ തുറന്ന അയാൾക്ക് സ്വന്തം കണ്ണുകളെ വിശ്വസിക്കാനേ കഴിഞ്ഞില്ല. മുമ്പിൽ ചുവപ്പ് മഷി നിറഞ്ഞുകിടക്കുന്ന ഒരു കടൽ.

വളരെ ദുഃഖത്തോടെ അയാളുടെ കോറിയിടലും ചുവപ്പിൽ തന്നെ അതിൽ അടയാളപ്പെട്ടു.

ഓഫീസിലും സ്റ്റാഫ് റൂമിലും, വരാന്തകളിലുമെല്ലാം കണ്ടുമുട്ടുന്നവരിൽ വല്ലാത്ത അന്യതാബോധം..

ആരും ചിരിക്കുന്നില്ല. പരസ്പരം സംസാരിക്കുന്നില്ല.

അവരുടെയെല്ലാ പോക്കറ്റുകളിലും ചുവന്ന മഷിപ്പേനകൾ കുത്തിവച്ചിരിക്കുന്നത് അയാൾ കണ്ടു.

നെഞ്ചിൽകെട്ടിയ വിമ്മിട്ടത്തോടെ അയാൾ സ്വന്തം ക്ലാസ് മുറിയിലേക്കു നടന്നു.

പുതിയ മാഷെ കണ്ട് കുട്ടികൾ ആദ്യം പരിഭ്രമിച്ചുവെങ്കിലും പിന്നെ സാധാരണപോലായി. അവർ ആരും എഴുന്നേല്ക്കുകയോ മാഷിനെ അഭിവാദ്യം ചെയ്യുകയോ ഉണ്ടായില്ല. പുതിയ പാഠ്യപദ്ധതിയുടെ ഭാഗമായി പരസ്പരം ബഹുമാനിക്കുക എന്ന പുതിയ തത്ത്വമാണ് സ്കൂളിൽ നടപ്പിലാക്കുന്നതെന്ന് ഹെഡ്മാസ്റ്റർ പറഞ്ഞിരുന്നത് അയാൾ ഓർമ്മിച്ചു.

അല്പം വിഷമത്തോടെ, മഷിതീർന്ന സ്വന്തം പേന മേശപ്പുറത്ത് വച്ച് അയാൾ അദ്ധ്യാപനം തുടങ്ങി.

ആദ്യം അല്പം ചരിത്രമാകട്ടെ എന്നു കരുതി ഗാന്ധിയുടെ അഹിംസാ സിദ്ധാന്തം ഉദ്ധരിച്ച് പ്രധാനഭാഗങ്ങൾ കുട്ടികളോട് എഴുതിയെടുക്കാൻ ആവശ്യപ്പെട്ടു.

കുട്ടികൾ എഴുത്തു തുടങ്ങി.

അയാൾ നടുങ്ങിപ്പോയി.

കുട്ടികളുടെയെല്ലാം കൈകളിലും ചുവന്ന മഷിപ്പേനകൾ.

അതിന്റെ അഗ്രം കത്തിച്ചുണ്ടു പോലെ കൂർത്തതും മൂർച്ചയുള്ളതുമായി അയാൾക്ക് തോന്നി. പിടിപോലുള്ള ഭാഗത്ത് ചുവന്ന മഷിനിറഞ്ഞു

കിടക്കുന്നു.

അത് ഒഴുകിയിറങ്ങി അക്ഷരങ്ങളാകുന്ന പുതിയ പരീക്ഷണം.

ക്ലാസുമുറിയിലപ്പോൾ ചുവന്ന മഷിയുടെ രൂക്ഷഗന്ധം പെരുക്കാൻ തുടങ്ങിയിരുന്നു.

ഒരു കുട്ടിയുടെ ഉടുപ്പിലെ രക്തക്കറ നോക്കി അയാൾ വാക്കുകളെ വിക്കി.

കുട്ടി പറഞ്ഞു: ‘‘ഇത് അച്ഛനെ ഒരാൾ കൊന്നപ്പം മഷി തെറിച്ചതാ മാഷേ.’’

അയാളുടെ നാവു വരണ്ടുപോയി..... തൊണ്ട വിണ്ടു.

നേരിയ വിറയലോടെ അയാൾ മറ്റൊരു കുട്ടിയുടെ പാഠപുസ്തകം തുറന്നു നോക്കി.

പ്രതീക്ഷിച്ചതുപോലെ. അതും ചുവപ്പിലാണ് അച്ചടിച്ചിരിക്കുന്നത്. അയാൾക്ക് തലചുറ്റി.

ഇരുട്ട്...കനത്ത ഇരുട്ട്... ഭൂമി കറങ്ങുന്നു. ചുവപ്പ്...ചുവപ്പ്....കണ്ണിൽ മാത്രം കറുപ്പ്.

അയാളുടെ വെപ്രാളങ്ങൾ കണ്ട് കുട്ടികൾ വല്ലാതെ ചിരി തുടങ്ങിയിരുന്നു.

അന്നേരം അയാൾ കണ്ടു കുട്ടികളുടെ ഇരുവശത്തുമുള്ള കോമ്പല്ലുകൾക്ക് ഏതാണ്ട് നീളം വച്ചുവരുന്നു.

‘ദൈവമേ.........’

ഒരലർച്ചയോടെ അയാൾ പിന്നിലേക്ക് മറിഞ്ഞ് മേശമേൽ തലയിടിച്ച്, തലതകർന്നുകിടന്നു. അയാളുടെ പിളർന്ന തലയോട്ടിയിൽനിന്ന് രക്തം കിനിഞ്ഞുതുടങ്ങി. ഹാ!!!

ചുവപ്പ് കണ്ട് കുട്ടികൾ ആഹ്ലാദത്തോടെ പരസ്പരം വിളിച്ചുപറഞ്ഞു.

‘‘നോക്കിയാട്ട്ടാ..യെത്രക്കാനം മഷിയാ മാഷ്ക്ക്.’’

കുട്ടികൾ ഓടിയിറങ്ങി വന്ന് താന്താങ്ങളുടെ പേനകളിൽ ആ മഷി നിറയ്ക്കാൻ തുടങ്ങി. ബാക്കി വന്നത് അയാളുടെ ഫൗണ്ടൻ പേനയിലും അവർ നിറച്ചുവച്ചു.

പൊടുന്നനെ സ്കൂൾവിട്ട മണിമുഴങ്ങി.

കുട്ടികൾ ആഹ്ലാദചിത്തരായി ഉച്ചത്തിൽ ഘോഷിച്ചുകൊണ്ടിരുന്നു.

ഹർത്താൽ...ഹർത്താൽ..

പിന്നെയവർ പുസ്തകക്കെട്ടുകളുമെടുത്ത് അതിവേഗം പുറത്തേക്ക് കുതിച്ചു.

ബെസ്പൂർക്കാനയിൽനിന്നുള്ള എഴുത്ത്

"പരമാനന്ദൻ,
ബെസ്പൂർക്കാന.
1-1-2009.

പ്രിയപ്പെട്ട വായനാധിപർക്ക് പരമാനന്ദൻ ശോകത്തോടെ,

കാലവും ദേശവും അടയാളങ്ങളുമില്ലാത്ത പരലോകവാസിയായ ഈയുള്ളോൻ നിറഞ്ഞുതുളുമ്പുന്ന സങ്കടമനസ്സോടെ അറിയിക്കുന്നത്. നരകാധിപന്റെ കണ്ണുവെട്ടിച്ച് സെല്ലിനുള്ളിൽ മറഞ്ഞിരുന്നാണ് ചുടുരക്തം കൊണ്ടുള്ള ഈ എഴുത്ത്. ഇവിടെ ഇങ്ങനെ ചെയ്യാൻ അധികാരമില്ല. ചെയ്യാതിരുന്നാലോ, ചങ്കുപഴുത്തുപോയ ഒരാത്മാവായി ബെസ്പൂർക്കാനയിലും അലയേണ്ടിവരുമോ എന്നതിനാലാണിത്. ഇവിടെയെങ്കിലുമെനിക്ക് പരമാനന്ദനാവണം, ഈയുള്ളോൻ കാലപുരിപൂകിയ തക്കം നോക്കി കേട്ടുകേൾവിയുള്ള ഒരെഴുത്തുവാരികാധിപർ വല്ലാതെ ദുഃഖം പെരുപ്പിച്ച്, അത്യന്തം വേദനാപൂർവ്വം: നമ്മെ വിട്ടുപിരിഞ്ഞുപോയ പ്രസിദ്ധനായ കഥാകൃത്ത് ശ്രീ പരമാനന്ദൻ അവസാനമായി എഴുതി ഞങ്ങൾക്കയച്ചുതന്ന കഥ, കവചിത വർത്തമാനങ്ങൾ......എന്നൊക്കെ ഉപ്പും മുളകും പുരട്ടി വായനാധിപർക്ക് സമർപ്പിച്ചത് അറിയാൻ കഴിഞ്ഞു. ഒപ്പം മറ്റു ചില മാസികാധിപരും...

ഈ പാത പിന്തുടർന്ന് വേദനാപൂർവ്വം മരണത്തിനുമുമ്പ് ഞങ്ങൾക്ക് അയച്ചുതന്ന കഥ എന്ന് മേൽക്കുറിപ്പോടെ പ്രസിദ്ധീകരിക്കുകയുണ്ടായി.. ഈ സംഗതിയുടെ ചില പിഴവുകൾ വായനാധിപരെ അറിയിക്കാനാണ് തീയിൽ ചവിട്ടിനിന്നുള്ള ഈ എഴുത്ത്. സത്യം തുറക്കപ്പെടുന്നു. വർഷങ്ങൾക്കുമുമ്പ് മുണ്ടുമുറുക്കിയുടുത്ത് സ്റ്റാമ്പ് വാങ്ങി ഒട്ടിച്ച്, അയച്ചുകൊടുത്ത എന്റെ പ്രിയപ്പെട്ട കഥകൾ വെളിച്ചം കാണായ്കയാൽ (തീയി

ലല്ല) കഥകൾ എഴുതാൻ ഞാൻ യോഗ്യനല്ല എന്ന അപകർഷതാ അവ്യവസ്ഥാ ബോധം എന്നെ വേട്ടയാടുകയും, തുടർന്നുണ്ടായ വ്യഥയും, പട്ടിണിയുംമൂലം സമൂഹത്തിൽനിന്നും കുടുംബത്തിൽനിന്നും നിഷ്കാസിതനായ ഈയുള്ളോൻ തുപ്പംമൂല പടിഞ്ഞാറെകുന്നിലെ പുളിമരത്തിൽ സ്വശരീരം വെടിയുകയായിരുന്നു എന്ന് ഖേദപൂർവ്വം അറിയിക്കട്ടെ. കഥാകൃത്തിന്റെ ഇഹലോകവാസത്തിനുശേഷമാണ് അവന്റെ കഥകൾ വായിക്കപ്പെടുക എന്ന മൂഢസങ്കല്പത്തിന്റെ വിരോധാഭാസത്തിൽ നിന്നും പരസ്യമല്ലാത്ത ചില അകട വികട താല്പര്യങ്ങളുടെ സങ്കല്പനങ്ങളുമാണ് ഈ എഴുത്തിനാധാരം..........''

തുപ്പംമൂല ജാനകിയമ്മ മെമ്മോറിയൽ വായനശാലയുടെ ഒറ്റക്കാലുള്ള ബെഞ്ചിലെ സിമന്റുകട്ടവച്ചു പൊക്കിയ അങ്ങേയറ്റത്തിരുന്ന് സദാശിവൻ ഉറക്കെ വായിക്കുകയായിരുന്നു കത്ത്. പണ്ട് നാട്ടിലെ പൗരപ്രമുഖനായ ഗോപാലൻനായർ ഫ്രീയായി ആധാരമെഴുതിയ രണ്ടു സെന്റു ഭൂമിയിലായിരുന്നു വർക്കത്തില്ലാത്ത ഈ കെട്ടിടം.

ഉപ്പിലക്കണ്ടി വർഗ്ഗീസും മാങ്ങാശ്ശേരി അന്ത്രുമാനും, കാരംസ് കളി നിർത്തി സദാശിവന്റെ വായനകേൾക്കാൻ വട്ടത്തിലായി.

മാതൃഭൂമി ആഴ്ചപ്പതിപ്പ് മാത്രം വായിക്കുന്ന തൊട്ടിശ്ശേരി മാധവൻ,

''അതേതാടാ ഈ കഥാകൃത്ത്,'' എന്ന ആക്കത്തോടെ ഒപ്പം ചേർന്നു.

''ഏത് മ്മ്ടെ പരമാനന്ദനോ അയാളു കഥയെഴുത്വായിരുന്നോ?''

ആങ്ഹാ.... എന്നൊക്കെ ഒന്നാശ്ചര്യപ്പെടുകയായി.

''ആ കഥ മ്മള് ബായിച്ചീക്കീ അത് ഓനായിരുന്നോ.''

അന്ത്രുമാൻ അത്ഭുതപ്പെട്ടു.

ഈ കത്തെങ്ങനെ വായനശാലയിൽ എത്തിയെന്ന്, ഊശാൻ താടിവച്ച് സർവ്വകാര്യങ്ങളും മൗനംകൊണ്ട് സംവാദിക്കുന്നവനുമായ നാട്ടുകാരൻ, ക്ലബ്ബ് മുറ്റത്ത് പടർന്നുനില്ക്കുന്ന രാജമല്ലിമരത്തിന്റെ പൊന്തിയ വേരുകൾക്കിടയിലിരുന്ന് ദിനേന പത്രം വായിക്കുന്ന, വരിസംഖ്യ കടം പറഞ്ഞ് പുസ്തകമെടുത്ത് പോകുന്ന നമ്മുടെ പരമാനന്ദൻ കഥാകൃത്തായിരുന്നോ!.... എന്നൊക്കെ സങ്കോചചിത്തനായി ലൈബ്രേറിയൻ, കെ പി കുഞ്ഞൂഞ്ഞും ഗൗരവിച്ചു.

''അതേതാ കുഞ്ഞൂഞ്ഞേ കത്തിൽ കാണുന്ന ഈ സ്ഥലം'' എന്ന് വിളുമ്പുപൊട്ടി വെളുപ്പുമാഞ്ഞ ചെസ്സ്ബോർഡിൽനിന്നും തലയുയർത്തി, കഴിഞ്ഞ ഓണാഘോഷത്തിന് നൂറ്റിയൊന്നു രൂപാ ഫസ്റ്റ് റാങ്കടിച്ച, ഒ സി കൃഷ്ണനെന്ന് വിളിപ്പേരുള്ള പി സി കൃഷ്ണൻകുട്ടി ചോദിച്ചു:

കുഞ്ഞൂഞ്ഞ് മേലോട്ടു നോക്കിയതല്ലാതെ ഗൗനിച്ചില്ല.

''ബാക്കികൂടി വായിക്കൂ സദാശിവാ...'' എന്ന് ഉപ്പിലക്കണ്ടി വർഗ്ഗീസ്സിന്റെ നിർദ്ദേശം മാനിച്ച് സദാശിവൻ ഒന്ന് ചുണ്ട് നനച്ചുവിട്ട്, ശ്വാസം വലിച്ച് തള്ളി വായന പുനഃസൃഷ്ടിച്ചു.

......ഈ കത്ത് എഴുതുന്നത് ചോരയിൽമുക്കിയ നാരായംകൊണ്ടാണ്

അതാണ് ചുവപ്പുനിറം. ഇത് കടലാസല്ല ഒരുതരം നേർത്ത പട്ടുതുണി യാണ്.......

സദാശിവൻ കത്ത് ഒന്ന് തിരുമ്മി, മറിച്ചും തിരിച്ചും ബോദ്ധ്യപ്പെട്ട് വീണ്ടും വായന തുടങ്ങി.

"...നാട്ടിലെ പഴഞ്ചൻ രീതികൾ ഈ നരകത്തിൽപോലുമില്ല. അതു കൊണ്ടാണ് വായനക്കാർക്ക് 'വായനാധിപർ' എന്നും, അച്ചടിവീരന്മാർക്ക് 'വാരികാധിപർ' എന്നുമൊക്കെ സംബോധന ചെയ്യുന്നത്...

ക്ഷമാപൂർവ്വം ഒരറിയിപ്പ്:

ഞാനാർക്കും മാതൃകയല്ല. കഥ വെളിച്ചംകാണാനായി ഒരു കഥാ കാരനും ആത്മഹത്യചെയ്യാൻപാടില്ല. കാരണം, ബസ്പൂർക്കാനയിലെ കുറച്ചു കാര്യങ്ങൾ മാത്രം ചുരുക്കത്തിൽ അറിയിക്കട്ടെ.

അടുത്തിടെ ഇവിടെയെത്തിയ ഒരു വാരികാധിപർക്ക് നരകാധിപൻ പത്ത് ചാട്ടവാറടിയായിരുന്നു അയാളുടെ ജോലിയറിഞ്ഞപ്പോൾ വന്ന പാടെ നല്കിയ ശിക്ഷ. സാധാരണയായി അഞ്ചേ കൊടുക്കൂ. കാരണം പുതു കൃത്തുക്കൾ ജീവ രക്തംകൊണ്ടെഴുതി അയച്ച ചില സൃഷ്ടികൾ വായിക്കാതെ മാറ്റിവച്ച് ചില ഞരമ്പുരോഗ വിദഗ്ദ്ധരുടെ സൃഷ്ടികൾ മെനക്കിട്ട് പുറകെ നടന്ന് വാങ്ങി ഖണ്ഡഃശയായി പ്രസിദ്ധീകരിച്ച് വായ നാധിപരെ പീഡിപ്പിച്ചുവത്രെ.

ഞാൻ കഥയെഴുത്തുകാരൻ എന്നറിഞ്ഞപ്പോൾ എനിക്കും കിട്ടി രണ്ടടി കൂടുതൽ. ബെസ്പൂർക്കാനയിൽ എത്തുന്നവർക്കുള്ള അടിയുടെ എണ്ണം ചുവടെചേർക്കുന്നു.

ഇനം, അടി-എന്നിങ്ങനെ വേർതിരിച്ച്.

തീവ്രവാദം-34. സ്ത്രീപീഡനം -30. തനി രാഷ്ട്രീയക്കാർ- 28.

(മാറ്റങ്ങൾ വരാം. കാശുകൊടുത്ത് സാധന സേവനങ്ങൾ വാങ്ങുന്ന വർക്ക് അടി കിഴിവുണ്ട്). കൈക്കൂലിക്കാർ -25 (പിച്ചച്ചട്ടിയിൽ കൈയിട്ട് വാരുന്നവർക്ക് അടികൂടാതെ കൈപ്പത്തി എണ്ണയിൽ പൊരിച്ച് തീറ്റിക്കുന്ന ഏർപ്പാടുമുണ്ട്). കുട്ടികൾക്ക് മൊബൈൽ വാങ്ങിക്കൊടുക്കുന്ന അച്ഛന മ്മമാർക്ക് -24. (രണ്ടുപേർക്കും 24 വീതം) വാക്കുമാറ്റുന്ന മന്ത്രിമാർക്ക് - 24 തന്നെ. ആർത്തവ രക്തത്തിന്റെ പേരിൽ കൂടുതൽ ഭാര്യമാർ ഉള്ള വർക്ക്-11. കൊള്ളപ്പലിശക്കാർക്ക്- 20. സിനിമാ ഫാൻസ്കാർക്ക്-10. കൂലി ത്തല്ലുകാർ-08. വാരികാധിപർ-05. കഥ എഴുത്തുകാർ-03."

അന്നേരം വായനശാല ഭാരവാഹികൾക്കുണ്ടോ അടിയെന്ന്; പി സി കൃഷ്ണൻകുട്ടി ചോദിച്ചു. സദാശിവൻ ഇല്ലെന്നും, പുസ്തകപ്രസാധ കർക്ക് സാദ്ധ്യതയുണ്ടെന്നും കത്തിനെ ഉദ്ധരിച്ചു. അപ്പോൾ മുഴുവൻ വായിക്ക് എന്ന് എൻ ജി ഒ കാരൻ കോര പാറമേൽ ജിജ്ഞാസയോടെ ഒന്നുകൂടി അടുത്തു.

"....ഞങ്ങൾക്കിവിടെ പ്രത്യേക രൂപങ്ങളൊന്നുമില്ല. ചിലപ്പോൾ വാൽമാക്രികളെപ്പോലെ ശൂന്യകാശത്ത് നീന്തിയാണ് സഞ്ചരിക്കുക. അകലെ ഗന്ധകത്തീയിലേക്ക് പൊടുപൊടാന്നാണ് മനുഷ്യാത്മാക്കൾ

വന്നുവീണുകൊണ്ടിരിക്കുന്നത്. പിന്നെ ആത്മാക്കൾ അടിവാങ്ങാനായി നരകാധിപന് മുമ്പിൽ നിരനിരയായി നീന്തുന്ന കാഴ്ച കാണാം. അന്നേരം മാത്രം തികഞ്ഞ അച്ചടക്കമാണ് എല്ലാവർക്കും. നമ്മുടെ ബിവറേജ്കോർപറേഷന് മുമ്പിലെ നിരപോലെ. ആർക്കും ഒരു തിരക്കും, വെപ്രാളവുമില്ല. ബസ്പൂർക്കാനയിൽ എപ്പോഴും ചാട്ട ശബ്ദിച്ചുകൊണ്ടിരിക്കും. നരകാധിപന് അത് താഴെവയ്ക്കാൻ നേരംകിട്ടില്ല. ചാട്ടനിർമ്മിച്ചിരിക്കുന്നത് എന്തുകൊണ്ടാണന്ന് നല്ല നിശ്ചയമില്ല. തിരണ്ടിവാലോ, ഇരുമ്പുവടമോ അല്ല, എന്റെ സംശയം പണ്ട് ആദത്തെ പഴം തീറ്റിച്ച് ചതിച്ച ആ പെരുമ്പാമ്പിന്റെ തോലാണെന്നാണ്. കാരണം ഒരടിയടിച്ചാൽ നൂറുതവണ കൊണ്ടതുപോലാണ് നീറ്റൽ. ഇവിടെയെല്ലാവർക്കും ഒറ്റ ഭാഷയേയുള്ളൂ പശ്ചാത്താപത്തിന്റെ, കുമ്പസാരത്തിന്റെ.

ഒരുകാര്യം മറന്നു. സ്വർഗ്ഗത്തിൽ പോവാനായി ജിഹാദ് നടത്തിയ ഒരു ചങ്ങാതി അടുത്തിരുന്ന് കരച്ചിലോട് കരച്ചിലാണ്. മറ്റു വിഭാഗക്കാർ കടമ്പകൾ കടന്ന് മുന്നേറുമ്പോൾ ഒന്നാംക്ലാസിൽ പത്തുതവണ തോറ്റ കുട്ടിയുടെ കരച്ചിലാണ് അയാൾക്ക്.

എഴുത്തുകാരൻ എന്നറിഞ്ഞപ്പോൾ അയാൾ പുഴുപോലെ വളഞ്ഞ് സങ്കടം പറഞ്ഞു എന്നോട്.

ഇസ്കൂളിപോമ്പറ്റാത്തോണ്ട് പണിയൊന്നും കിട്ടീക്കില്ല. കുടുംബം രച്ചിക്കാൻ കിട്ടിയവേല ചെയ്തൂന്ന്.

നിർത്തട്ടെ...

സങ്കടത്തോടെ എല്ലാവരേയും അടിവാങ്ങാനായി ക്ഷണിച്ചുകൊണ്ട്,

സ്വന്തം

പരമാനന്ദൻ പി ജെ.

ഒപ്പ്."

പത്രോയുടെ നിലവിളികൾ

തിടുക്കപ്പെട്ട് ചെയ്ത ഒരു പ്രവൃത്തിക്കൊടുവിലാണ് ഭൗമോപരി തലപിടുത്തം നഷ്ടപ്പെട്ടവനായി കുഴിവെട്ട് പത്രോ പൊടുന്നനെ അസ്ഥിക്കുഴിയിലേക്ക് നിപതിച്ചത്. കല്ലറയിൽ ഊഴംകാത്ത ശവങ്ങൾക്കുവേണ്ടി, പത്രോതന്നെ പെറുക്കിത്തള്ളിയ സന്ധിബന്ധങ്ങൾ ഊരിത്തെറിച്ച അസ്ഥികൂടങ്ങൾക്ക് മുകളിൽ പരിഭ്രമത്തിന്റെ ആന്തലുകളൊന്നും പുറത്തെടുക്കാതെ, വിയർപ്പിൽ വെന്ത ശരീരത്തെ നിവർത്തിത്തട്ടി മലർപ്പിൽ, മാനത്ത് തിളങ്ങുന്ന നക്ഷത്രങ്ങളെനോക്കി പത്രോ കിടന്നു.

വേപ്പിൽ ചില പോറലുകളും രക്തം പൊടിയലുകളും സംഭവിച്ചുവെങ്കിലും പത്രോ ഇപ്പോൾ ആശ്വാസത്തിന്റെ ചിറകൊതുക്കത്തിൽ നെഞ്ചിലെ പൂട തലോടി. പിന്നെ കൊത്തമ്പള്ളി കത്തനാർ ദാനം കൊടുത്ത ഫിൽട്ടർ ചുണ്ടത്തുവച്ച് മടിക്കുത്തിലെ ലാമ്പൊരച്ചു. അന്നേരം അസ്ഥിക്കൂനയ്ക്ക് മുകളിലേക്ക് വീണ വെളിച്ചം കാലത്തിന്റ ഭീകരതയിലേക്കാണ് വിരൽ ചൂണ്ടിയത്.

സിമിത്തേരിക്കപ്പുറം നിലാവിൽ മുങ്ങിയ പള്ളിമേടയുടെ വെന്റിലേറ്റർ, അകത്തെ വെളിച്ചത്തെ പുറത്തേക്ക് തെറിപ്പിക്കയാണ്.

തലയോട്ടി ഒന്നിനെ പത്രോ തലയിണയാക്കി നിവർത്തിക്കുത്തി കുമുകുമാന്ന് അധിനിവേശപ്പുകച്ചുരുളുകളെ ഊതിയൂതി പൊന്തിച്ച് ആയാസത്തെ ഊറ്റിത്തെറിപ്പിച്ച് സുരതസുഖംപോലെ പത്രോ കിടന്നു.

കരന്നുപോയ അസ്ഥിക്ഷണങ്ങളും ചിതൽ വെറുത്ത മരക്ഷണങ്ങളും ലിനൻ തുണിക്കീറുകളും ഇടകലർന്ന അസ്ഥിക്കുഴി പത്രോയ്ക്കു ചുറ്റും വല്ലാത്തനാറ്റം വീശിവീശിയെറിഞ്ഞുകൊണ്ടിരുന്നു.

മുകളിൽ കല്ലറപൊളിച്ചെടുത്ത ശവം തുണിക്കെട്ടിനുള്ളിൽനിന്ന് യൂഡികോളോണിൽ മുങ്ങിയ ശവഗന്ധം വായുവിലൊഴുക്കുകയാണ്. വാഴ്‌വിനിടയിൽ കൂനൻ കപ്യാർ ധൂപക്കുറ്റി വീശിപ്പാറ്റുന്നപോലെ

ഫിൽറ്റർ പുക സ്പീഷീസുകളായി കുഴിക്കുള്ളിൽ പത്രോയുടെ കഴുത്തിന് കൊക്കയിട്ടുകൊണ്ടിരുന്നു. ഇടതുവശത്തു ചാരിനിന്ന അസ്ഥികൂടത്തിന്റ മുഖത്തേക്കുനോക്കി പത്രോ പുച്ഛത്തെ കടിച്ചുതുപ്പി. ഇതു നീർക്കുഴി ചാക്കോയുടെ മോന്തതന്നെയാണ്. ചാക്കോയുടെ കൊച്ചുമോൻ കഴിഞ്ഞ ദിവസം ഗുണ്ടൽപ്പേട്ടയിൽവച്ച് വണ്ടിയപകടത്തിൽ മരണപ്പെട്ടപ്പോൾ ലക്ഷത്തിൽ ഉണ്ടാക്കിയ കുടുംബക്കല്ലറ പൊളിച്ച് ചാക്കോടെ ദശയടർന്ന അസ്ഥികൂടത്തെ താൻതന്നെയാണ് പെറുക്കി നിർദ്ദാക്ഷിണ്യം ഈ കുഴിയിലേക്ക് വലിച്ചെറിഞ്ഞതെന്ന് പത്രോ ഓർത്തു. പണ്ട് തമിഴൻ ശെൽവനെ കൂലിച്ചോദ്യത്തിന് കോടാലിമാടിന് അടിച്ചുവീഴ്ത്തി തെരുവച്ചെമ്പടുപ്പിലേക്ക് തള്ളിക്കേറ്റി അസ്ഥിപോലും കരിച്ചുകളഞ്ഞ വിരുതനല്ലേ ദശയടർന്നീ കിടക്കുന്നതെന്നും.

കാലത്തിനെ അവഗണിക്കാൻ ആർക്കാണ് കഴിയുക?

മരിച്ചവനെ പ്രാകുന്നത് തെറ്റെന്ന് കരുതിത്തന്നെ സ്വന്തം മകൾ സാറാക്കുട്ടിയെപ്പറ്റി വേവലാതിപ്പെട്ട് മനമിടിഞ്ഞ പത്രോ ഒന്ന് പ്രാകി.

"ത്പൂ...കഴുവേറീടെ മക്കള്."

ചാക്കോയുടെ മരണം പെട്ടെന്നൊരു വാർത്തയായിരുന്നു. എല്ലാ മരണങ്ങളും അങ്ങനെതന്നെ. സ്വന്തം മരണത്തിനുമുകളിൽ അടയിരിക്കുന്ന മനുഷ്യർ. ഹൃദയം പൊട്ടിത്തകർന്ന് ചാക്കോ പോയി. കഴിഞ്ഞ തലമുറ സ്വരുക്കൂട്ടിയ സ്വത്തിനുമുകളിൽ കഴുകനായ കൊച്ചുമകനും പെട്ടെന്നൊരു വാർത്തയായിരുന്നു. ഓരോ വാർത്തകളെയും ഓർത്ത് പത്രോ തെള്ളിത്തെള്ളി ചിരിച്ചു.

പിന്നെ കരഞ്ഞു. എന്തിനെന്നോ? മൂത്തോളെ കെട്ടിക്കാൻ പണയം വെച്ച കിടപ്പാടത്തിന്റ ആധാരം ആ കാലമാടൻ കീറിയോന്നോർത്ത്. ആ പത്തുസെന്റ് പള്ളിക്കാര് ദാനം കൊടുത്തതായിരുന്നു.

ജഡങ്ങളെ കാത്ത് സിമിത്തേരിയിൽ നിരയിൽ തീർത്ത കോൺക്രീറ്റ് കുഴികൾ ആകാശത്തേക്ക് വാ കീറിക്കിടക്കുന്നു. സിമിത്തേരിയുടെ കാവൽക്കാരൻ, നടുവിലുയർന്ന വലിയ കോൺക്രീറ്റ് കുരിശിനു മുകളിൽ വന്നിരുന്ന, ഒരു മൂങ്ങ പത്രോയെ നോക്കി കണ്ണുരുട്ടി. പള്ളിമുഖഭാരത്തിനു മുകളിലെ മെർക്കുറിവെട്ടത്തിൽ ഈച്ചക്കൂട്ടങ്ങൾ വെരടിവെരടി വീണു. മാർബിൾ ശവകുടീരങ്ങളിൽ ജൈവവെളിച്ചം പുളച്ചു. അവയ്ക്ക് മുകളിലെ മണമില്ലാത്ത പുഷ്പങ്ങളിൽനിന്ന് ഞെട്ടറ്റ മഞ്ഞുതുള്ളികൾ പിടുത്തംവിട്ടുകൊണ്ടിരുന്നു.

പത്രോ ഓർത്തു.

പണ്ടായിരുന്നെങ്കിൽ കുഴിയൊന്നിന് അമ്പതോ അറുപതോ രൂപാ കിട്ടുമായിരുന്നു. പിന്നെ വയറുനിറച്ച് നാടൻ ചാരായവും. ഇന്നിപ്പോൾ കോൺക്രീറ്റിനുള്ളിൽ ആവിച്ചാൽ മതി. മണ്ണും വേണ്ട, മണലും വേണ്ട. ശവംതിന്നാൻ ഭൂമിക്കടീന്ന് പുഴുക്കളും കീടങ്ങളും വരുമായിരിക്കും.

എല്ലാത്തിനേയും മാറ്റിമറിക്കുന്ന കാലത്തിന്റെ വികൃതിയോർത്ത് പത്രോക്ക് ആധികേറി. പണ്ട് മരിച്ചടക്കിക്കഴിഞ്ഞാൽ കുഴി നിറയെ മണ്ണിട്ടു നികത്തി കൂനയാക്കി തലപ്പാടിൽ കുരിശുവയ്ക്കുന്ന പണി പത്രോയുടെ

ബാദ്ധ്യതയായിരുന്നു. സഹായിക്കാൻ ആരെങ്കിലുമൊക്കെയുണ്ടാകും.

പത്രോ തലമാന്തി. ചീഞ്ഞതിനു പുറത്ത് അലങ്കരിച്ചിട്ട് എന്ത് കാര്യമെന്ന് പത്രോക്ക് മനസ്സിലായില്ല. മനുഷ്യരുടെ ഗമയും പ്രതാപവും മരിച്ചവരിൽ വച്ചുപിടിപ്പിക്കുന്നവരിൽ ധർമ്മം കൊടുക്കാത്തവൻപോലുമുണ്ടെന്ന് പത്രോക്കറിയാം.

മരിച്ചവന് ആറടിമണ്ണെന്ന് ആരാ പറഞ്ഞത്? മരിച്ചാൽ മനുഷ്യർ തുല്യരെന്നും ആരാ പറഞ്ഞത്?

ത്പൂ...ഒരു കഴഞ്ചു കിട്ടില്ല.

തരംതിരിവുകൾ എവിടെയുമുണ്ട്. അസ്ഥിക്കുഴിയിലാണ് എല്ലാവരും ഒന്നിക്കുക.

പത്രോയുടെ ഭ്രാന്തുമൂത്ത വേദാന്തം.

പൊടുന്നനെ പത്രോ ചിരിക്കാനും; പിന്നെ കരയാനും തുടങ്ങി.

ആയാസകരവും, അപകടകരവുമായ ഒരു കമ്പോളജ്വരത്തിന്റെ അന്ത്യത്തിലാണ് പത്രോക്ക് ചുവടൊന്ന് പിഴച്ചിരുന്നത്. അസ്ഥിക്കുഴിക്ക് മുകളിലെ സിമന്റ് കെട്ടിൽ ശവത്തെ കിടത്തി. നേർത്ത തണുപ്പിലും വിയർത്തൊട്ടിയ പത്രോ അകംവെന്ത വായുവിനെ അണപ്പിച്ച് പുറത്തേക്ക് തട്ടുമ്പോൾ കണ്ണ് മുകളിലേക്ക് ഒന്ന് അയച്ചതേയുള്ളൂ.

ഭയന്നുപോയി.

ദാ... ഉൽക്ക പോലൊരു തീപ്പണ്ടാരം വായിൽത്തീയുമായി വാണക്കുറ്റി കണക്കെ പത്രോക്ക് നേർക്ക്! ഒന്ന് വെട്ടിച്ച് മാറിയതാണ്. പെട്ടെന്നാണ് അസ്ഥിക്കുഴിയിലേക്ക് വീണുപോയത്. അതൊരുതോന്നലായിരുന്നുവെന്നും. അല്ലെന്നും പത്രോ ചിന്തയെ ഊറ്റിയുറ്റിയെടുത്തു. അല്ലെങ്കിൽ കൊത്തമ്പള്ളിക്കത്തനാർ നീട്ടിക്കൊടുത്ത തകർപ്പൻ സ്കോച്ചിന്റെ ചൊരുക്കാണോന്നും നിശ്ചയമില്ലാതെ പത്രോ വെമ്മിവെമ്മിക്കരഞ്ഞു. പിന്നെ ഉറക്കയുറക്കെ ചിരിച്ചലച്ച് പത്രോ കരയിലേക്ക് ഉച്ചലിക്കാൻ തുടങ്ങി.

കരകേറിയ പത്രോ മരച്ച ശവത്തെ പുണർന്ന് ഈറുതൊലിച്ചു. ഏതാണ് ശരിയെന്ന് പത്രോയ്ക്കപ്പോൾ നിശ്ചയമില്ലായിരുന്നു. അയാൾ ശവത്തിനോട് ചേർന്നുകിടന്നുകൊണ്ട് ചിത്തവിലോഭിതനായി.

പെഗ്ഗിനൊപ്പം അണ്ടിപ്പരിപ്പ് നുണഞ്ഞ കൊത്തമ്പള്ളി കത്തനാരന്നേരം, പള്ളിമേടയിലിരുന്ന് പത്രോയുടെ നാറിയ ചിരികേട്ടു. തെല്ല് പരിഭ്രമം പുറത്തെടുത്ത് അയാൾ പള്ളിമേടയുടെ ടെറസിലേക്ക് തീവണ്ടിക്കിതപ്പായി. (വലിവും വളിയും കത്തനാർക്ക് മാറാരോഗമാണ്).

പള്ളിമുറ്റത്തിനപ്പുറം സിമിത്തേരിപ്പറമ്പിലെ അസ്ഥിക്കുഴിക്കരികെ പത്രോയുടെ വെടലച്ചിരി കൊത്തമ്പള്ളിക്ക് ഉടലാകെ പെരുപ്പിച്ചു.

കൊത്തമ്പള്ളിക്ക് കലികേറി. അയാളിരുട്ടിലേക്ക് നാവ് ചുഴറ്റി.

"മിണ്ടാണ്ട്ടാ..മയിരാ."

അതിന്റെ പ്രളയം പത്രോ ആവാഹിച്ചിട്ടെന്നപോലെ ഞരക്കങ്ങളും മൂളലുകളുമായി സിമിത്തേരിയിൽ നരകപ്രതീതി പ്രതിബിംബിച്ചു.

കൊത്തമ്പള്ളി കത്തനാർ പുതിയ സിഗരറ്റ് ഒന്നിന് തീ കൊടുത്തു.

കണ്ഠനാളത്തിലൂടെ പുക ഊത്തവയറിലേക്ക് പ്രവേശിപ്പിച്ചു. പിന്നെ വയറിൽത്തട്ടി കീഴ്ശ്വാസം ..പർ..ർ...ർ..എന്ന് തള്ളി. വീണ്ടും അടുത്ത തിനു വേണ്ടി ഒന്നു ശ്രമപ്പെട്ട്, പിന്നെ കൊത്തമ്പള്ളി വാച്ചിലേക്ക് നോക്കി സമയം വല്ലാതെ അതിക്രമിച്ചല്ലോന്നും വെപ്രാളപ്പെട്ടുപോയി.

അയാൾ ത്രസിതഹൃദയനായി സ്റ്റെയറിന്റെ നടയിറങ്ങി പള്ളിമുറി യിലേക്ക് പിന്നെ വെരുകായി ചിതറി.

മുറിയിലന്നേരം വിദേശമടിച്ച് വഴുവഴാന്നായ കൂനൻകപ്യാർ അന്തോ ണിപ്പെലയൻ ക്രൂശിതരൂപത്തിനുകീഴെ ചാണകപ്പുഴുവിനെപ്പോലെ പുള ഞ്ഞുകുത്തിക്കൊണ്ടിരുന്നു. അയാളുടെ മുതുകുപൊന്തിയ മുഴയപ്പോൾ അറുപതുകൊല്ലത്തെ വെപ്രാളത്തോടെ ശരീരത്തിന് ഭാരമായിക്കിടന്നു.

കൊത്തമ്പള്ളി കുപ്പിയിൽ ബാക്കിയിരുന്നത് വെള്ളംതൊടാതങ്ങ് വിഴുങ്ങി. പിന്നെ താഴെക്കിടന്ന ചാണകപ്പുഴുവിനെ കാൽവിരൽകൊണ്ട് ചിരവി.

''ടാ..ന്തോണി ..ണീറ്റുപോടാ..ദേ അവരിപ്പമിങ്ങെത്തും.''

അയാൾ മുരണ്ടതല്ലാതെ നിവർത്തികേടിൽക്കിടന്നു.

കൊത്തമ്പള്ളി വീണ്ടും വാച്ചിലേക്ക് കണ്ണെറിഞ്ഞ് ക്യാമറാമൊ ബൈൽ ളോഹയ്ക്കുള്ളീന്ന് തപ്പിയെടുത്ത് ഏതോ നമ്പർ ഡയൽചെയ്തു.

പത്രോ നിയന്ത്രിക്കാനാവാത്ത വൈകാരികതയോടെ വീണ്ടും ശവത്തെ പുണർന്നു. എല്ലാ ചോരയും ചുവപ്പാണെങ്കിലും യോജിക്കാ ത്തതെന്തുകൊണ്ട്? മരിച്ചവനെയെങ്കിലും തരംതിരിക്കാതെ ചുട്ടുകളയ ട്ടേന്ന് പത്രോ നിയമംവച്ചു.

എല്ലാവർക്കുമറിയാം മരണമുണ്ടെന്ന്; പിന്നെന്താണീ ലോകമിങ്ങനെ വിചാരങ്ങളില്ലാതെ പരസ്പരം നോവിക്കുന്നത്. പിടിച്ചടക്കുന്നത് പറ.. അത് പറ.

''പത്രോയെ.'' നിലാവൊഴിഞ്ഞ നേരം ഇരുട്ടിന്റെ മറപറ്റി കൊത്ത മ്പള്ളികത്തനാർ ഒച്ചചിനക്കി.

പകച്ച പത്രോ മുകളിലേക്ക് ദൃഷ്ടിയിട്ടു. നെടുങ്കൻ ളോഹ വൻമ തിലുപോലെ... തലയുടെ സ്ഥാനത്ത് കറുത്തഗോളം. മുമ്പിൽ തീനാളം. അയാൾ എന്നോ വായിച്ച പ്രേതകഥയിലെ ചെകുത്താനായി സങ്കല്പിച്ച് പത്രോ അലറി. ''അയ്യോ..അച്ചന്റ മുകെന്ത്യേ?''

കൊത്തമ്പള്ളിക്ക് ദേഷ്യമിരച്ചു.

''ഒച്ചവയ്ക്കാതെടാ മൈരേ.. സൂക്ഷിച്ച് നോക്ക്.''

പിന്നെ ലാമ്പൊരച്ച് കാണിച്ചുകൊടുത്തു.

കൊത്തമ്പള്ളീടെ നരച്ചമുടിയും ചുളുപ്പൻ കവിൾത്തടങ്ങളും പത്രോ യിൽ ഭയം കുടഞ്ഞെറിയാൻ പാകമായിരുന്നില്ല. അസ്ഥിക്കുഴിത്തിണ്ടിൽ പത്രോയുടെ വിയർപ്പ് നനച്ച, ചെളിപുതച്ച, ശവക്കച്ച നോക്കി കൊത്ത മ്പള്ളി പല്ല് തെളിച്ചു. അത് അപായചിഹ്നം ധ്വനിപ്പിക്കാനായി എല്ലിൻക ഷണം ഗുണനം ചെയ്ത പോലായിരുന്നു.

അന്നേരം പത്രോ ഭയന്ന് കഴുത്തിലെ വെന്തിങ്ങം പരതി.

''അച്ചോ സത്യാട്ടും പ്രേതപിശാചുക്കളുണ്ടോ?'' പത്രോക്ക് സംശയം.

പൊടുന്നനെ കൊത്തമ്പള്ളി ചുറ്റും നോക്കി അരയിലെ കൊന്തതിരുമ്മി.

"ഉണ്ടെങ്കിൽ വരട്ടെടാ ഈ കൊത്തമ്പള്ളിയാരെന്ന് തെളിയിക്കാം."

പള്ളിമേടയുടെ മണിപ്പുരയ്ക്ക് കീഴെ തലകീഴായിക്കിടന്ന കടവാവലുകൾ ശവത്തിന്റ മണം പേറി വട്ടത്തിൽ ചുഴറ്റിക്കൊണ്ടിരുന്നു അപ്പോൾ.

ജീവിതത്തിൽ ആദ്യമായി ഒരു തെറ്റു ചെയ്യുന്നതിന്റ വിമ്മിട്ടം പത്രോയിൽ പ്രകടമാകാൻ തുടങ്ങിയിരുന്നു. എങ്കിലുമയാൾ ദൈന്യത്തിന്റെ ചവിട്ടുപടിയിൽനിന്ന് വിശപ്പുമാറാത്ത കുറെ ജീവിതങ്ങളുടെ മൂടുപടങ്ങൾ അഴിച്ചുനോക്കി. പുരനിറഞ്ഞ മകളും കിടപ്പിലായ പാതിയും കടംകൊണ്ട ജന്മവും ജീവിച്ചുതീർക്കാൻ പറ്റാതെ മനമിടിഞ്ഞ താനെവിടെ നില്ക്കുന്നുവെന്ന് ചിന്തിച്ചു. സത്യത്തിൽ കൊത്തമ്പള്ളി കുറച്ചു പണം വാഗ്ദാനം ചെയ്തപ്പോൾ സമ്മതിച്ചുപോയതാണ്. അല്ലെങ്കിലും അനുസരണയുള്ള കുഞ്ഞാടുകളെയാണ് പട്ടക്കാർക്കിഷ്ടം. കൊത്തമ്പള്ളി ഒരു മുരടനാണ്.

ഓർത്തപ്പോൾ പത്രോ വിരണ്ടു. ഫിൽട്ടർ ഒന്നുകൂടി കൊളുത്തി കൊത്തമ്പള്ളി പറഞ്ഞു:

"അവക്കടെ മുകംകാണട്ടെടാ."

പത്രോ അത് ചെയ്തു.

സുന്ദരിയായ ഒരു സ്ത്രീ ഉറങ്ങുന്നതായി കൊത്തമ്പള്ളിക്കനുഭവപ്പെട്ടു.

ജീവിച്ചിരുന്നപ്പോൾ ചില്ലറ ചൂട്ടുകറ്റകൾ നെഞ്ചിലേക്കെറിഞ്ഞവളല്ലേന്നും തലേന്നുകൂടി പാപക്കറകൾ ഈ ചെവിയിലേക്കൊഴുക്കിയവളല്ലേന്നും കൊത്തമ്പള്ളി ഓർത്തു. പെട്ടെന്നുള്ള മരണം വിശ്വസിക്കാനായില്ല. ആശുപത്രിയിൽ എത്തിച്ചപ്പോഴേക്കും മരണം സ്ഥിരീകരിച്ചിരുന്നു.

"എവളു കൊള്ളാല്ലോടാ പത്രോ ഇപ്പളും."

ഒരുല്പന്നത്തിന്റ നെഞ്ചിടിപ്പോടെ എന്തോ ചിന്തിച്ച് കൊത്തമ്പള്ളി വെളുക്കനെ ചിരിച്ചു. അതു മനസ്സിലാക്കി പൊടുന്നനെ പത്രോ ശവംമൂടി.

ഫിൽട്ടർ പാക്ക് കൊത്തമ്പള്ളി പത്രോക്ക് നേരെനീട്ടി.

"വലിയെടാ വലി ..ചൂടാക്കി നില്ല്... ഏറ്യാൽ പത്തുമിനിട്ട് ഇപ്പം വരും."

"ആര്."

"ഞാൻ പറഞ്ഞില്ലേ മോനിച്ചൻ എന്റെ സ്വന്തക്കാരനാ....
പിന്നെ വെല്ല്യ ടാക്ടറും."

ഒരു പ്രത്യേകതരം കാറിൽ ഈയ്യിടെ കൂടെക്കൂടെ അച്ചനെ കാണാൻ വരാറുള്ള മനുഷ്യനെ പത്രോ ഭാവനയിലേക്ക് കൊണ്ടുവന്നു. എന്തോരഴകാ കാണാനൊക്കെ ആ മനഷ്യേനെ. തൊട്ടാൽ ചോരകിട്ടും.. കൂടെയൊരു പെങ്കൊച്ചിനേയും കാണാറുണ്ട്. ചിലപ്പോൾ അവൾ ഇടയ്ക്കിടെ അച്ചനെക്കാണാൻ ഒറ്റയ്ക്ക് വരുന്നതും കന്യാസ്ത്രീകൾ അവളെ മഠത്തിലേക്ക് കൂട്ടിക്കൊണ്ടുപോകുന്നതും കാണാറുണ്ട്. അവരെല്ലാം വലിയപരിഷ്കാരികളും തറവാട്ടുകാരുമാണന്ന് കണ്ടാലറിയാം.

അന്വേഷിച്ചപ്പോൾ കൊത്തമ്പള്ളി വാചാലനാവുകയായിരുന്നു.

“പത്രോച്ചാ ഇതെളയ പെങ്ങടെ കുട്ടിയാ. ഇവളും മോനിച്ചെന്റെ കോളേജിലാ പഠിക്കുന്നത്. ഇവരൊക്കെയങ്ങ് കൊച്ചീലാ.”

ഹോ.. ഇന്നാള് കണ്ടപ്പം എന്തൊരിളക്കമായിരുന്നു ആ കൊച്ചിന്. ചുണ്ടേലൊക്കെ ചായം വാരിത്തേച്ച് ഇറുകിയ വേഷത്തിൽ കൊച്ചുമുലകളും തുള്ളിച്ച് അച്ചന്റെ തോളേത്തൂങ്ങി, ചന്തിയിളക്കിയുള്ള നടത്തവും, കൊഞ്ചലും കുഴയലും..എന്നാലും കണ്ടാലിച്ചിരി കൊതിയൊക്കെ ആർക്കും വരും കേട്ടോ....

കൊത്തമ്പള്ളിക്കാണെങ്കിൽ കൊച്ചുപെമ്പിള്ളേരെ കാണുമ്പോൾ പൊതുവെ ഇച്ചിരി കൊച്ചുവർത്തമാനം കൂടുതലാണെന്നും പത്രോയ്ക്കറിയാം.

അന്നേരം പത്രോ സ്വമകൾ സാറാക്കുട്ടിയെക്കുറിച്ച് വിമ്മിട്ടപ്പെടാൻ തുടങ്ങി.

അവളുടെ വരവിൽക്കവിഞ്ഞ മാർത്തടം പത്രോയിലേക്ക് തീ കോരിയിട്ടു. പിന്നെ അവൾ പത്താം ക്ലാസിൽ തോറ്റുപോയല്ലോന്നും കുണ്ഠിതപ്പെട്ടു. എത്രകാലാന്നു വച്ചാ ഇങ്ങനെ പൊതിഞ്ഞുനിർത്തുന്നേ..

ചിന്തപെരുകി തലയ്ക്കുപിറകിൽ കൈകോർത്ത് പത്രോ നിവർന്ന് കിടന്ന് ഇരുകവിളിലൂടെയും കണ്ണുനീരൊഴുക്കി.

ശവക്കല്ലറയുടെ മാർബിൾ മിനുപ്പിൽ ചന്തിവച്ച് കൊത്തമ്പള്ളി അബോധത്തിന്റെ വാപൊളിച്ചു വിട്ടു. എന്നിട്ട് ചോദിച്ചു:

“കുഴി പംഗിയായി മൂടിയോടാ?”

“ഉവ്വച്ചോ.”

“പകരം അസ്ഥികൂടം വച്ചോ?”

“ഉവ്വച്ചോ.”

“കൊറച്ചുകാലായി പിള്ളേരുടെ ഒരാഗ്രഹാ ഞാനങ്ങ് വാക്കും കൊടുത്തു. എന്നും പരാതിയാ കുടുംബത്തിലൊരച്ചനുണ്ടായിട്ട് ഒരുകൊണോമില്ലാന്ന്.”

“എടോക്കാരറിഞ്ഞാല് പുകിലാകുമോച്ചാ?”

“പൊകാമ്പറേടാ എവറ്റങ്ങളോട്.”

കൊത്തമ്പള്ളി ദേഷ്യം ഇരപ്പിച്ചു. പിന്നെ നെഞ്ചത്ത് കൈചേർത്ത്.

“ദേ യിതുകണ്ടോ പാപത്തിന്റ ലോക്കറാണിത്. പൊട്ടിച്ചാ നാറും എടവക മുഴുവൻ. ഈ ചെവിത്തഴമ്പു കണ്ടോ കുമ്പസാരങ്ങളുടെ ഉച്ചാസമടിച്ചതാ. എല്ലാത്തിനേയുമെനിക്കറിയാം ചെലവറ്റുങ്ങടെ ഏറ്റുപറച്ചിലു കേട്ടാല് കുമ്പസാരക്കൂട് പൊളിച്ച് തൊഴിക്കാൻ തോന്നും. പള്ളിനടേന്നിറങ്ങിയാ പിന്നെ പള്ളീമില്ല പട്ടക്കാരനുമില്ല. ഇതിവിടെക്കിടന്ന് നാറുന്നതിലും ഭേദം. ആവശ്യക്കാര് കൊണ്ടുപോയി ഉപയോഗിക്കെട്ടടാ.”

പത്രോ പിന്താങ്ങി: “ഉള്ളതാച്ചോ ..ഉള്ളതാ.”

കൊത്തമ്പള്ളി എന്തോ ഓർത്തിട്ടെന്നപോലെ.

“പിന്നെ പത്രോച്ചാ... കുമ്പസാരരഹസ്യം പുറത്തുപറയാൻ പാടില്ലാന്നാ. എങ്കിലും പറയട്ടെ?”

“അച്ചോ പറ ഞാങ്കേക്കാം.”

പത്രോയ്ക്ക് ആകാംക്ഷ മുളപൊട്ടി.

“ടാ..വള് വ്യഭിചാരത്തിന് അടിപ്പെട്ടൂന്ന്. ആമ്പിള്ളേര് വണ്ടിയേക്കേറ്റി മൈസൂര് കൊണ്ടോയീന്ന്.”

“ആരെ?”

“നിന്റെമോൾ സാറാക്കുട്ടിയെ. അല്ലാതാരെയാ.”

“പൊന്നു കർത്താവെ ചതിച്ചോ.” പത്രോക്കാന്തല് കേറി.

“കുത്തിച്ചോദിച്ചിട്ടും അവളെന്നോടൊന്നും പറഞ്ഞില്ല. ഞാൻ നൂറ് നന്മനിറഞ്ഞ മറിയം ചൊല്ലാൻ പറഞ്ഞു. അല്ലാതെന്നാ പറയാനാ.”

മനംപിരട്ടൽ പോലെ പത്രോയ്ക്ക് ചിലതൊക്കെ ഉരുണ്ടുകേറി. പിന്നെ ചിന്തിക്കാൻ തുടങ്ങി. വർഷങ്ങൾക്കുമുമ്പ് തന്റപ്പൻ പത്രോസ് തനിക്ക് മമ്മട്ടി കൈമാറുമ്പോൾ തന്നെ പഠിപ്പിക്കാൻ കഴിയാത്തേന്റെ ദെണ്ണം അപ്പന്റ മുഖത്തുണ്ടായിരുന്നു. പിന്നെ കുഴിവെട്ട് നിയോഗമായി. ഇടയ്ക്ക് കപ്യാരുപണി. വെടിക്കാരൻ വാസു കാസരോഗം മൂത്ത് കുത്തുപാളയെടുത്ത് ചത്തപ്പോൾ ആ പണിയും നോക്കി. കതിന മടുത്ത ജനം ഓലപ്പടക്കത്തിനും അമിട്ടിനും പിന്നാലെ പാഞ്ഞു. പിന്നെ വെടിക്കെട്ടായി.

ആഘോഷത്തിന് ലക്ഷങ്ങൾ തുലയ്ക്കുന്ന ഇടവകക്കാർ പാവം പത്രോയെ മറന്നല്ലോയെന്നും അയാൾ കുണ്ഠിതപ്പെട്ടു. നാടും ജനവും നാൾക്കുനാൾ മാറിമാറിവരുന്നത് ചങ്ങലയ്ക്കിട്ട ഭ്രാന്തനെപ്പോലെ പത്രോ അറിഞ്ഞു.

അന്ന് കുഴിവെട്ടിവയ്ക്കലായിരുന്നെങ്കിൽ ഇന്നത് മാന്തിയെടുക്കലാവാം നിയോഗമെന്ന് ഓർത്ത് പത്രോ തികട്ടി തികട്ടി ചിരിച്ചു.

ദേഷ്യം മൂത്ത കൊത്തമ്പള്ളി പത്രോയെ കാലിന് തൊഴിച്ചു.

“എന്നാടാ മൈ...... പിന്നേം ചിരിക്കുന്നേ?”

ഇത് തെറിയല്ലെന്ന് പത്രോയ്ക്കറിയാം. അച്ചനങ്ങനെയാണ് ലോഹ്യം പറഞ്ഞാലും, ദേഷ്യംവന്നാലും ഇത്തരമൊരു ഭാഷയാണ് അടുത്തറിയാവുന്നവരോട് പ്രയോഗിക്കുക. പണ്ട് തോളിൽ മമ്മട്ടിയും അലവാങ്കുമായി കരിമം മുക്കിലെ ഓലമേഞ്ഞ ചായക്കടേൽ കട്ടനടിക്കുമ്പം എടോക്കാർ പരിഭ്രാന്തിയോടെയും ആകാംക്ഷയോടെയും ചോദിക്കുമായിരുന്നു.

“ആരാ പത്രോ ചത്തേ?”

അയാൾ ഉള്ളത് പറയും. പിന്നെ എപ്പോൾ.. എങ്ങനെ ...എവിടെ വച്ച്. ആക്സിഡന്റോ ആത്മഹത്യയോ?

വിശദമായി തനിക്കൊന്നുമറിയില്ലെങ്കിലും അവ്യക്തമായ ചില മറുപടികൾ ഏകോപിപ്പിച്ച് തെറുപ്പുബീഡിയും കടിച്ചുപിടിച്ച് ശവക്കോട്ടക്കുന്നിലേക്ക് കേറിപ്പോകും. പിന്നെ, പൊന്തക്കാടും ഇഞ്ചക്കാടും വെട്ടി ആറടിനീളത്തിൽ കുഴിവെട്ടിയിറക്കും. അടക്കുകഴിഞ്ഞാൽ പിന്നെ കുഴി മൂടാൻ കൈക്കോട്ടുമായി കാത്തുനില്ക്കും.

അന്ന് മണ്ണ് വാരിയെറിഞ്ഞിടത്ത് ഇന്ന് കുന്തിരിക്കക്ഷണങ്ങൾ

തലയ്ക്കുമീതെ പായുകയാണ്.

കടമ കഴിഞ്ഞോടുന്നവരെ പത്രോ പുച്ഛത്തോടെ നോക്കിനില്ക്കും.

ഇന്ന് സിമിത്തേരി പള്ളിമുറ്റത്താണ്. അവിടെ ശവങ്ങളെ കാത്ത് കോൺക്രീറ്റ് കുഴികൾ കാത്തുകെട്ടി കിടപ്പാണ്.

ഒരു നിസ്സഹായതയുടെ ആന്തൽ പത്രോയിൽ മുളപൊട്ടി, പൊടുന്നനെ കൊത്തമ്പള്ളീടെ കാലുകൾ തന്റെ നെഞ്ചിലേക്ക് ചേർത്തു വച്ച് അയാൾ തേങ്ങി.

"അച്ചോ ന്നെ കൈവെടിയരുത്."

"ടാ..ന്നാ പറ വെഷമം."

"ന്റെ മോളെ കെട്ടിക്കാൻ അച്ചൻ സഹായിക്കണം. ഇല്ലെങ്കിലവളിനിയും."

കൊത്തമ്പള്ളി ആശ്വസിപ്പിച്ചു.

"അത്രേള്ളോ ഞാമ്പറയാം മോനിച്ചനിങ്ങ് വരട്ടെ."

കൊത്തമ്പള്ളി ളോഹയ്ക്കുള്ളീന്ന് ഒരു പൈന്റ് കൂടിയെടുത്ത് പൊട്ടിച്ചു. കുറച്ച് സ്വന്തം വായിലേക്കൊഴിച്ചിട്ട് ബാക്കി പത്രോയ്ക്ക് നീട്ടി.

"കഴീടാ പത്രോ....വെഷമം തീരട്ട്."

പത്രോ കരയിലേക്ക് നീന്തിക്കേറിയ കപ്പിത്താനെപ്പോലെ ആശ്വസിച്ച് വെള്ളം തൊടാതെ ബാക്കി മുഴുവൻ വിഴുങ്ങി.

പൊടുന്നനെ ഒരു വാഹനം സിമിത്തേരിയിലേക്ക് ഒഴുകിവന്നു. പാമ്പിനെപ്പോലെ.... മുമ്പിൽ ഫണം. അത് ഇഴയുകയാണ്...

അതിന് ശബ്ദമില്ലായിരുന്നു. വെളിച്ചവും. വാതിലുകൾ തുറന്നടയുന്നു, ഒച്ചയില്ലാതെ.

കൊത്തമ്പള്ളിയും മോനിച്ചനും തമ്മിലൊന്നു പുണർന്നു.

പിന്നെ മുമ്പിലെ ഫീമെയിൽ സ്റ്റഡി മെറ്റീരിയൽക്കണ്ട് മോനിച്ചൻ വെളുക്കെ ചിരിച്ചു.

തുണിയുരിച്ച ശവത്തെ രണ്ടുപേർ വാഹനത്തിനുള്ളിലേക്ക് പ്രവേശിപ്പിച്ചു.

പ്രത്യേകം തയ്യാറാക്കിയ ഐസ്പാക്കിനുള്ളിൽ ശവം നീണ്ടുനിവർന്ന് ഇപ്പോൾ കിടപ്പാണ്.

ആരുമൊന്നും മിണ്ടുന്നില്ല. പത്രോ മിഴിച്ചു. പ്രകൃതിയും.

വാതിലുകൾ അടഞ്ഞു. വാഹനം പുറത്തേക്കൊഴുകിയപ്പോൾ എവിടെയോ പാതിരാക്കോഴി ഒന്ന് കൂവി. അതുകേട്ടതും പത്രോ വിലപിച്ചു.

"കർത്താവെ പൊറുക്കണേ."

അതുപറഞ്ഞതും ദൂരെ കോഴി രണ്ടാമതും കൂവി. പിന്നെ മൂന്നാമതും. പെട്ടെന്നയാൾ ഭയന്നപോലെയായി. പിന്നെ എന്തൊക്കയോ വിലപിച്ച് പൊട്ടിക്കരഞ്ഞുകൊണ്ട് പത്രോ സിമിത്തേരിക്ക് പുറത്തേക്ക് പാഞ്ഞു.

പൊടുന്നനെ പിഴച്ച്, അയാൾ വാ പൊളിച്ചുകിടന്ന കല്ലറയൊന്നിലേക്ക് വഴുതി തലയടിച്ച് വീണ് അനക്കമറ്റു.

പകച്ച കൊത്തമ്പള്ളി നടുങ്ങിനിന്നു.

പിന്നെ കമ്പോളജ്വരമുണർന്ന് ളോഹയ്ക്കുള്ളീന്ന് മൊബൈൽ പുറത്തെടുത്ത് മോനിച്ചന്റെ നമ്പർ വീണ്ടും ഡയൽ ചെയ്തു.

ഈരയുടെ പ്രസവം- ഒരു ലൈവ് ഷോ..

ചോദ്യം-1

യേസ്.. യേസ്.. സർ, പാലഞ്ചിറ മണിക്കാംകടവ് ഊരിലെ ഈരയെന്ന 12 വയസ്സുകാരി പെൺകുട്ടിയുടെ ഗർഭത്തെ സംബന്ധിച്ച് ഉയർന്നു വന്നിട്ടുള്ള സാമൂഹ്യപ്രശ്നങ്ങളിൽ, (1) കുട്ടി എങ്ങനെ ഗർഭിണിണിയായി, (2) എന്നാണ് പ്രസവം (3) ആ ഊരിൽ ഗർഭിണിയാകാത്തവർക്കായി ഇനി എന്തൊക്കെ നടപടികളാണ് സർക്കാർ എടുത്തിട്ടുള്ളത് എന്നൊക്കെ അറിയണം.

ഉത്തരം-1

യേസ്.. യേസ്....

ഈരയെന്ന ഏഴാംക്ലാസുകാരി ഗർഭവതിയായത് തൊട്ടടുത്ത സംസ്ഥാനത്തെ ഇഞ്ചിപ്പാടത്തുവച്ചാണ് എന്നാണ് അറിയാൻ കഴിഞ്ഞിട്ടുള്ളത്. ആയതിനാൽ അന്വേഷണസംഘം അങ്ങോട്ടേക്ക് പുറപ്പെട്ടിരിക്കയാണ്. പിന്നെ എങ്ങനെ? എന്തുകൊണ്ട്? പ്രസവത്തീയതി എന്ന്? ഈ വക കാര്യങ്ങളൊക്കെ അന്വേഷിച്ച് ഉടനടി വേണ്ടനടപടികൾ ഈ സർക്കാർ സ്വീകരിക്കുന്നതാണ്.

ചോദ്യം -2

യേസ്..യേസ്..

സർ, അന്യസംസ്ഥാനത്തെ ഇഞ്ചിപ്പാടങ്ങളിൽ പൊലിയുന്ന നൂറുകണക്കിന് ആദിവാസി സമൂഹത്തെ സംരക്ഷിക്കാൻ എന്തൊക്കെ നടപടികളാണ് എടുത്തിരിക്കുന്നത് എന്നറിഞ്ഞാൽ കൊള്ളാം.

ചോദ്യോത്തരത്തോടൊപ്പം ഈരയുടെ ഉന്തിയവയറിന്റെ വിവിധ ദൃശ്യങ്ങൾ പല ആംഗിളുകളിൽ (ക്ലോസപ്പ് ഷോട്ട്, ലോങ്ഷോട്ട്) മാറി മാറി ടി വി സ്ക്രീനിൽ പ്രത്യക്ഷപ്പെട്ടുകൊണ്ടിരുന്നു. വീണ്ടും വീണ്ടും അത് മനസ്സിനെ അസ്വസ്ഥപ്പെടുത്തിയപ്പോൾ സജയ് പെട്ടെന്ന് എഴുന്നേറ്റ് ടി വി സ്ക്രീൻ ഓഫ് ചെയ്തുകളഞ്ഞു. പിന്നെ മുഖം കുത്തിയിരുന്നു.

ശീതീകരിച്ച മുറിയിൽ ആ ഷോട്ടുകളുടെ മനോഹാരിത ആവർത്തിച്ചാസ്വദിച്ചുകൊണ്ടിരുന്ന നിരഞ്ജന പൊടുന്നനെ ചോദിച്ചു.

''സജയ് നിനക്കെന്തുപറ്റി? ഇതിന്റെ മഹത്ത്വം നിനക്കുമാത്രം അവകാശപ്പെട്ടതാണ് എന്നിട്ടും.... എന്നിട്ടും....... എത്രമനോഹരമാണ് സജയ് നിന്റെ ഷോട്ടുകൾ.''

മരിച്ചവന്റെ മുഖപാളി അടർത്തിമാറ്റാതെ സജയ് അന്നേരം വിഹ്വലതയോടെ പുറത്തേക്ക് ദൃഷ്ടി ഓടിച്ചുകളഞ്ഞു, അവിടെ...

റോഡരികിൽ വലിച്ചുകെട്ടിയ കയറിലൂടെ ഒരു പെൺകുട്ടി ചുവടുവയ്ക്കുന്നു. താളവേഗതയിൽ മൃദംഗം വലിഞ്ഞടിക്കുന്നു. കുറച്ചാളുകൾ കൈയടിച്ച് നാണയത്തുട്ടുകൾ അവരുടെ മുമ്പിലേക്ക് വലിച്ചെറിയുന്നു.

ശമ്പള സ്കെയിലിന്റെ ഉയർന്ന ഗ്രാഫ് പച്ചയിൽ തിട്ടപ്പെടുത്തുകയായിരുന്ന നിരഞ്ജന അല്പം പരിഭ്രമത്തിലായി. 'ഊരുകളിൽ പിടയുന്ന ജന്മങ്ങൾ' എന്ന അന്വേഷണപരമ്പരയുടെ സജയ്- നിരഞ്ജന കൂട്ടുകെട്ട് ത്രസിപ്പിക്കുന്ന ഊരുവിലാപങ്ങൾ കാണികളുടെ ഹൃദയം കവരുന്നതായി റിപ്പോർട്ട്- അത് ചാനലിന് നേടിത്തന്ന തീട്ടൂരങ്ങൾ അവർക്കുള്ളതായിരുന്നു. അത് മനസ്സിലാക്കാത്ത സജയിനെ ഇളക്കാനായി അവൾ പറഞ്ഞു:

''ഈ ഗ്രാഫ് നോക്കൂ സജയ്. നമ്മുടെ പ്രശസ്തിയുടെ ഗ്രാഫ്, പച്ചയിൽ രേഖപ്പെടുത്തിയ നമ്മുടെ ജീവിതത്തിന്റെ ഉയർന്ന ഗ്രാഫ്, സ്റ്റാഫംഗങ്ങൾ അഭിനന്ദനങ്ങൾ കൊണ്ടുമൂടിയ ഈ സന്ധ്യയുടെ നേരിയ ലഹരിയും നിന്നെ വിട്ടുപോയോ?''

ചെടുക്കനെ ഒന്നു മുഖംവെട്ടിച്ച് സജയ് നിരഞ്ജനയുടെ കണ്ണുകളിലേക്ക് ആഴത്തിൽ നോക്കി. പിന്നെ, ആർത്തിയുടെ വേവലാതികളിൽ നിറം പിടിപ്പിച്ച ആ പേടമാൻ മിഴികളോട് അസ്വസ്ഥപ്പെട്ടു.

''ഞാൻ ചോദിക്കാൻ പോകയാണ് നീ നോക്കിക്കോ.'' എന്നുപറഞ്ഞതും, മഞ്ഞുരുക്കിയ ഗ്രന്ഥികൾ വിശ്ലേഷിച്ച ഉപ്പുകണികകൾ പെട്ടെന്ന് ഒപ്പി ഉഗ്രചിത്തനായി സജയ് ചില്ലുപ്രവേശം തള്ളിത്തുറക്കുന്നത് ആവേഗത്തോടെ നിരഞ്ജന കണ്ടു. ഒന്നു തടയാൻ പോലും കഴിയാതെ അവൾ വിളറിവിളിച്ചു. ''പ്ലീസ് വേണ്ട സജയ്.'' ആ വിഭ്രമച്ചീളുകൾ അയാളിൽ തട്ടിത്തെറിച്ചതല്ലാതെ ഇളകിയില്ല.

കാര്യദർശിയുടെ മുമ്പിൽ സജയ് അണ്ണാക്കൊട്ടിയ നാക്ക് വലിച്ചെടുത്ത് പുറത്തേക്കുനീട്ടി.

''സർ, ഈരയുടെ ഗർഭോത്തരവാദി അപ്പച്ചയുടെ പേരുള്ള ഭാഗം ചീന്തിക്കളഞ്ഞത് ദ്രോഹമായിപ്പോയി.''

"ലിസൺ.. സജയ് തുടക്കത്തിന്റെ മുറിവിലാണ് താങ്കൾ; തികച്ചും പരിചയക്കുറവ്. കുറ്റാന്വേഷണം നമ്മുടെ രീതിയല്ല. വിഷയത്തെ ഒരു റബർപ്പന്തുപോലെ വലിച്ചടിക്കുകയാണ് നാം ചേയ്യേണ്ടത്. എരിയുന്ന വിറകാണ് വാർത്തകൾ... അല്ലാതെ കത്തിപ്പൊടിഞ്ഞ ചാരമല്ല."

"അപ്പച്ചയെ മറ്റൊരു ചാനൽ കണ്ടെത്തിയാൽ?"

"അവിടെ നമ്മൾ അപ്പച്ചയെ മാറ്റി തോമാച്ചയാക്കി ഫുൾസ്റ്റോപ്പിനു പകരം ക്വസ്റ്റ്യൻ മാർക്കിടും. നോക്കൂ സജയ് ഈരയുടെ പ്രസവംവരെ നിന്റെ ക്യാമറക്കണ്ണുകൾ ഉറങ്ങാൻ പാടില്ല.. യൂ പ്ലീസ് കാരിയോൺ.."

സ്കൂൾവേഷത്തിലുള്ള ഈരയുടെ ഗർഭത്തിന്റെ മുഴപ്പും, ചളുക്കും, മുട്ടുവരെയുള്ള പാവാടപ്പൊക്കത്തിന്റെ കീഴെ കറുത്ത കണങ്കാലുകളും ഉളുപ്പില്ലാതെ നിരഞ്ജന വീണ്ടും ദർശനം ചെയ്യുകയായിരുന്നു.

വാക്കുകൾ നഷ്ടപ്പെട്ട ഒരു പരാജിതനെപ്പോലെ അയാൾ പുറത്തു കടന്നതും അവൾ പൊങ്ങുതടിയായി ത്രസിച്ചു.

"നോക്കൂ സജയ്, ശരിക്കും ഒരു പ്രൊഫഷണൽ ടച്ചുണ്ട് നിന്റെ ഒപ്പലുകൾക്ക്. അതിങ്ങനെ നശിപ്പിക്കാനുള്ളതല്ല."

" യൂ പ്ലീസ് സ്റ്റോപ്പിറ്റ് നീരൂ ..നിനക്കെങ്ങനെയിതു കഴിയുന്നു?"

സജയ് വല്ലാതെ അസ്വസ്ഥനായിരുന്നു.

ഈരയുടെ കൂര ക്യാമറക്കണ്ണിലൂടെ (ക്രയവിക്രയങ്ങളുടെ പരിച്ഛേദം-ചിത്രീകരണവിശേഷങ്ങൾ).

കരാറുകാരന്റെ വക്രാസക്തിയിലൂടെ ക്യാമറക്കണ്ണ് ചലിച്ച് വിണ്ട ഭിത്തിക്കുള്ളിലെ ഇഴയുന്ന തേരട്ടയിലേക്ക്..... അതിനെക്കണ്ട് ഭയന്നുപോയ നിരഞ്ജന കണ്ണുപൊത്തി ഒന്നലറിയപ്പോൾ സജയ് അതിനെ ത്തോണ്ടി പുറത്തേക്കിട്ടു. ചുരുണ്ടുപോയ അതിനെ നിരഞ്ജന ഒരലർച്ചയോടെ ആഞ്ഞുതൊഴിച്ചു.

ദ്രവിച്ച കഴുക്കോലുകളുടെ ദുർബ്ബലതയിലൂടെ.. ഭയപ്പെടുത്തുന്ന, പുല്ല് മേഞ്ഞ മേൽക്കൂരയിലേക്ക് ദൃശ്യം നിറംകെട്ട്.. പിന്നെ അതിനിടയിൽ കാണുന്ന ചില വസ്തുക്കളായ മുറുക്കാൻപൊതി, ഉണക്കമത്തിപ്പൊതി, ചിലകടലാസ് ചുരുട്ടുകൾ, ഇവകളിൽ ഉടക്കിനിന്നു.

മുറ്റത്ത് വെയിലുകായുന്ന ബോളന്റെ തൊട്ടപ്പുറെ വെളിക്കിരിക്കുന്ന ഒരു മൊട്ടൻ[1]. അവിടവിടെ ഉണങ്ങിയ തീട്ടക്കുന്നുകളിൽ പാറുന്ന മണിയനീച്ചകൾ. പര്യമ്പുറത്തിരുന്ന് പല്ലിൽ പുകലവയ്ക്കുന്ന മാച്ചി.

മറ്റു ചില ദൃശ്യങ്ങളിലേക്ക്.

അടുക്കള എന്നുതോന്നിക്കുന്ന മൂലയിൽ മൂന്ന് കല്ലുകൾ ത്രികോണാകൃതിയിൽ ഇട്ടിരിക്കുന്നു, അതിനുള്ളിൽ അല്പം ജീർണ്ണം.

ചുറ്റും ഈവക സാധനങ്ങൾ-

വകകൾ	നിർമ്മാണം
കഞ്ഞിക്കലം-1	മണ്ണ്
കൂട്ടാൻചട്ടി-1	മണ്ണ്

1. ചെറിയ ആൺകുട്ടി.

മുളങ്കുറ്റി-1	ഇല്ലി
ചേറുമുറം-1	ഈറ്റ
ചളുങ്ങിയ വെള്ളോങ്കലം-1	അലുമിനിയം
പൊട്ടിയപ്ലാസ്റ്റിക് ബക്കറ്റ്	മാച്ചിപ്രസവിച്ചപ്പോൾ കിട്ടിയത്
മരത്തവി-2എണ്ണം	ചിരട്ട
ഇനി കയറിൽത്തൂങ്ങുന്ന	
തുണിത്തരങ്ങൾ	- എണ്ണം
കൊളുത്തില്ലാത്ത ബ്രാ	— 2
കക്ഷം പൊട്ടിയ ബ്ലൗസ്	— 1
അലക്കാത്ത തോർത്ത്	— 1
പഴയ ഡ്രോയർ (പിഞ്ചിയത്)	— 1

ചാണകത്തറയിലെ കിടപ്പ് ഉപകരണങ്ങൾ

ചണച്ചാക്ക്-2. മൂത്രം മണക്കുന്ന തഴപ്പാ അറ്റം പൊളിഞ്ഞത്-1 കുറച്ച് കാർഡ്ബോർഡ് കഷണങ്ങൾ-ന്യൂസ്പേപ്പറുകൾ.

തുടർന്ന് നിരഞ്ജന, കുന്തിച്ചിരിക്കുന്ന ബോളന്റെ നാവിനെ മധുര മനോഹരമായ വാക്കുകളാൽ ചലിപ്പിച്ചു തുടങ്ങി.

"എത്രവയസ്സായി?"

"ഏക്കു തിരിയാ"[2]

"പറയൂ, ഈരയ്ക്കെങ്ങനെ ഇതു സംഭവിച്ചു?"

ബോളന്റെ ദൃക്സാക്ഷിവിവരണം ഇങ്ങനെ

"ഈര സ്കൂളിലി പടിക്കുഞ്ഞെ അപ്പച്ചെ അവാളെ ചിരിച്ചുകാഞ്ചാ, ഏക്കും മാച്ചിക്കും പൈച്ചതന്താ, അപ്പച്ചെ ഈരെബാട്ടു[3] പറെഞ്ചാ സ്കൂളീല് പോയലാ പൈച്ച കിട്ടേക്കാ, എനൈക്കൂടെ കുടാവില് ബാ ഇഞ്ചിച്ചു[4] പൈസകൊടാത്തു കുടാവുക്ക് കൊണ്ടുപോയാ. അവാള് ഇരാണ്ടു പ്രാവശ്യ ബന്തങ്കു ബാറു[5] നിറേവാക്കാണി, മൂന്നാത്തവണ ബന്തങ്കു ബാറു നിറൈഞ്ചാ കണ്ടാ. നാൻ അപ്പളൈ പറഞ്ഞെ അപ്പച്ചെ ക്കൂടൈ പോയാലാ പണി പറ്റു എഞ്ചു[6] മാച്ചിനെ കൊണ്ടുപോയി പണി പറ്റിച്ചെന്താ അവാനെ താനു ഇല്ലസെയാക്കി. ഈരെ അവാങ്കു[7] സമ്മതി ക്കുഞ്ചേക്കാണി."[8]

---

2. അറിയില്ല.
3. ഈരയോട്.
4. എന്നിട്ട്.
5. വയറ്.
6. എന്ന്.
7. അവള്.
8. ഇല്ല.

മാച്ചി പറഞ്ഞത്

കച്ചിത്തുറുപോലെ ചികുരഭാരമുള്ള മാച്ചി മുട്ടുവരെയുള്ള കട്ടിത്തുണിക്ക് അരയും മുലയും മറച്ച് അടുക്കളപ്പുറത്തിരുന്ന് പല്ലിൽ പോകല വയ്ക്കുകയായിരുന്നു.

പറയാനുള്ള കുഴൽ നീണ്ടുവരുന്നത് കണ്ട് പല്ലിൽനിന്നും പുകല മാറ്റി മാച്ചി മൂന്നുപ്രാവശ്യം അളുക്ക് തുപ്പി.

..ത്പൂ..ത്പൂ..ത്പൂ..

"എന്താപേര്?"

"മാച്ചി"

"എന്താ പണി?"

"ഇഞ്ചിപ്പണിയായിന്താ ഇപ്പക്കാണി"

"അതെന്താ?"

"മരുന്തിനാ മണാടിച്ചു ഇപ്പേയേക്കൂശ്വാസബിടുവാ പാടായിപ്പോയുളൈ. ഇഞ്ചിപ്പണിക്കു പോയാലാ ചൂച്ചേനേ[9] കിട്ടേക്കൂഎഞ്ചു ഏക്കറീഗാ. ചേട്ടേമാരൂ കള്ളു കുടിപ്പിക്കൂ പിന്നെ ഇഞ്ചിക്കണ്ടത്തിനാ മറവിലേക്കൂ ഉന്തിക്കാഞ്ചു ചേല പൊക്കിക്കളിക്കെ ചെയ്യരൂ. ഈരേനാ മൂത്തൈ ചീരെയാനയാ ചത്തൈ. മൊട്ടത്തി ബാട്ടു[10] പോകേണ്ടാഞ്ചു നാനും പറഞ്ഞെ. പൈച്ചാ മലൈഞ്ചാക്കൂ[11] ഈറൈ മയാങ്കി, നാനു മയാങ്കി."

ഇനി ഈരേടെ വിശേഷങ്ങൾ

ഒരു ഷോട്ട്

ഈറ പച്ചമാങ്ങ കടിച്ചു തിന്നുന്നു.

ഈറയ്ക്കു വിശക്കുന്നു എന്ന് തോന്നിയ സജയ് കീശയിൽനിന്ന് പണം എടുത്തു നീട്ടി.

നിരഞ്ജന അത് തടഞ്ഞു, സജയിനെ വല്ലാതെ ഒന്നു നോക്കി.

"നോ.. സജയ് അനുവദനീയമല്ലാത്തതാണത്. നമ്മുടെ ഡ്യൂട്ടിയിൽ നിശ്ചയിക്കാത്തത്."

തുടർന്ന് ക്യാമറയുടെ മുമ്പിലേക്ക് ഈറയുടെ ചുരിദാർ മാറ്റി പഴയ സ്കൂൾ യൂണിഫോറം ഇടുവിച്ച് കൊണ്ടുവന്നത് നിരഞ്ജനതന്നെ ആയിരുന്നു.

അതറിഞ്ഞ് സജയ് അവളെ ഒന്നു കടുപ്പിച്ചു നൊടിച്ചു.

"നീരൂ നീയും ഒരു സ്ത്രീയാണെന്ന് ഓർമ്മവേണം."

"പ്ലീസ്.. സജയ്... വാർത്തകൾ ഉണ്ടാവുകയല്ല- ഉണ്ടാക്കുകയാണ്. നീയതു മറന്നോ?"

---

9. കുഞ്ഞ്.
10. പെണ്ണിനോട്.
11. കൊടുത്തപ്പം.

പിന്നെ നീരുവാണ് ഈരയെ വേണ്ട പൊസിഷനുകളിൽ ഇരുത്തിയതും നിവർത്തിയതും ഉദരമുഴ അനാവൃതമാക്കിയതും. നീരു ചോദിച്ചു:

"ഈരേ പറയൂ നിനക്കുണ്ടായ ചതിയുടെ രഹസ്യങ്ങൾ. ഇനി ഒരു സ്ത്രീയും ഇതുപോലെ ചതിക്കപ്പെടരുത്."

ഈരയുടെ പച്ചമാങ്ങ മാറ്റിയ ചുണ്ടുകൾ പറഞ്ഞു:

"ഏക്കറിയൂലാ ചേട്ടേ ബളൈ തന്താ. ചുരിദാറ് തന്താ. പൈച്ച തന്താ. ചേട്ട പറഞ്ചേ മാതിരി നാൻ ചെയ്തേ. ഏനും ബാറു നിറൈഞ്ചെക്കൂ പിരേക്ക്[12] പറഞ്ചെബൂട്ടാ."

പെട്ടെന്ന് സജയ് ജ്വലിച്ചു: "കേസ് കൊടുക്കണം."

"ഏടെ?"

"പൊലീസ്റ്റേഷനില്."

"അവയേടാ?"

"അങ്ങ് ടൗണില്."

നിരഞ്ജന തടഞ്ഞു, "സജയ് പ്ലീസ്.. അത്തരം നിർദ്ദേശങ്ങള് നമുക്ക് ബാധകമല്ല... ഇതൊക്കെ ബോസ് അറിഞ്ഞാൽ?"

അന്വേഷണസംഘം പരിവാരസമേതം പാലഞ്ചിറയിലേക്ക് വരുന്നു

കോളനി അലങ്കരിച്ചിരുന്നു. വട്ടക്കളിക്കും സ്വീകരണത്തിനും തയ്യാറായ ഊരുക്കൂട്ടങ്ങളെ ഒരുക്കിനിർത്തിയിരുന്നു. ഉണർവ്വിനായി മോന്തിയ നാടൻചാരായത്തിന്റെ മണം പരിസരത്ത്. നിരവധി വാഹനങ്ങളുടെ അകമ്പടിയോടെ വന്നിറങ്ങിയ അന്വേഷണസംഘത്തിൽ നിരഞ്ജനയും സജയും ഉണ്ടായിരുന്നു ക്യാമറയും തൂക്കി, ഓരോ ചലനവും ഒപ്പിയെടുത്ത്.

ചീനംതുടിയും ഉടുക്കും കലമ്പി ശബ്ദമലിനീകരണം കേട്ട് ഉറങ്ങിക്കിടക്കുകയായിരുന്നു മാച്ചി തലപുറത്തേക്ക് ഒന്ന് തത്തിച്ച് നോക്കി. പെട്ടെന്ന് ഭയന്ന് മുളംചെറ്റ വലിച്ചടച്ചു.

ബോളൻ മുറ്റത്തൂന്ന് പൊങ്ങിയോടി. ഈരമുറ്റത്ത് മാമ്പഴം വീഴുന്നത് നോക്കിയിരിപ്പായിരുന്നു. (അവൾക്ക് നല്ല വിശപ്പുണ്ടായിരുന്നു).

വന്നവർ ചോദ്യം തുടങ്ങി. "ഈരയ്ക്കിത് എത്രയാ മാസം?"

"തിരിയാക്കാണി."

"എവിടെവച്ചാ സംഭവം?"

" അങ്ക് കുടാകില് ബച്ച്."

"എങ്ങനെ ഒന്നു വിശദീകരിക്കാമോ?"

"എനൈ..ഇഞ്ചിപ്പാത്തിയിലേക്ക് ഉന്തിയാഞ്ചാ നാൻബീന്തുപോയാ അപ്പഴേക്കും...."

"ഇപ്പോൾ കുട്ടിക്ക് എന്തെങ്കിലും വെഷമം ഉണ്ടോ?"

"ഒഞ്ചുങ്കാണി."[13]

---

12. വീട്ടിലേക്ക്.
13. ഒന്നുമില്ല.

''മിടുക്കി അതറിയാനാ ഞങ്ങള് വന്നത്.''

അന്വേഷണസംഘം പോകാൻ നേരം നിരഞ്ജന ഇടയ്ക്കുകേറി.

''സർ പറയൂ സർക്കാരിനെ ഉലച്ച ഈ വിവാദപ്രശ്നത്തിൽ ഇനി എന്തൊക്കെയാണ് തുടർനടപടികൾ. കൊടുംചതിയുടെ ഇരയായ ഈ കുട്ടിക്ക് നീതി ലഭിക്കുമോ?''

''തീർച്ചയായും. ഈരയുടെ പ്രസവച്ചെലവ് മുഴുവൻ സർക്കാർ വഹിക്കും. പ്രസവംവരെ ഈരയിനി പൊലീസിന്റെ നിരീക്ഷണത്തിലായിരിക്കും. ഇത്തരം ചെലവുകൾക്ക് ഇനിമുതൽ സർക്കാർ പ്രത്യകം തുക വകയിരുത്തും. പ്രസവശേഷം ഡി എൻ എ ടെസ്റ്റ് നടത്തി കാരണക്കാരനെ കണ്ടെത്തും. മാത്രമല്ല, സർക്കാർ വിവരങ്ങൾ അപ്പപ്പോൾ കോളനിക്കാർക്ക് അറിയാനായി ഈ ഊരിൽ ടി വി സൗകര്യം ഏർപ്പെടുത്തും.''

സജയ്ക്ക് സഹിക്കാനായില്ല. ''സർ ഈയൂരിൽ വൈദ്യുതിയില്ല.''

''പകരം സംവിധാനം ഈ സർക്കാർ ഏർപ്പെടുത്തും..... ഛേ.. ''

അയാൾ ഒന്നു കിടുങ്ങിയതുപോലെ മൊരഞ്ഞു. അന്നേരം നിരഞ്ജന സജയിനെ ഒന്നു നുള്ളി വിട്ടു.

ദൃശ്യങ്ങൾ എഡിറ്റുചെയ്തുകൊണ്ട് നിരഞ്ജന പറഞ്ഞു:

''ഈരയുടെ പ്രസവം പരമ്പരാഗത രീതിയിൽത്തന്നെയാകണമെന്നാണ് 'ഈരാ പ്രസവസമതി'യുടെ ആവശ്യം. ആധുനിക മെറ്റേണൽ സൗകര്യങ്ങൾ അവർ നിഷേധിക്കുമെന്ന് അറിയിച്ചിട്ടുണ്ട്. നിനക്കെന്തു തോന്നുന്നു സജയ് ഈ മഹാസംഭവത്തോട്?''

''എനിക്ക് മടുത്തു നീരു.'' ആ പിൻമടക്കം കണ്ട്.. നീരു പൊട്ടിച്ചിരിച്ചു.

''മണ്ടത്തരം പറയാതെ സജയ്. ഇനിയാണ് നമ്മുടെ ശമ്പളസ്കെയിലിന്റെ...... അഭിനന്ദന പ്രവാഹങ്ങളുടെ പച്ചവരകൾ ഉയരുന്നത്. ലക്ഷക്കണക്കിന് എസ് എം എസുകൾ നിഷേധിക്കാൻ ചാനലിനാകൂല്ല, നമുക്കും......നീയും തയ്യാറാകൂ.''

ഈര ഈറ്റില്ലത്തിലേക്ക് പ്രവേശിക്കുന്നു

സൂതികർമ്മത്തിനുള്ള ഏർപ്പാടുകൾ ഈരയുടെ വീട്ടിൽത്തന്നെ ചെയ്തിരുന്നു. ഊരിലെ ടി വി സ്ക്രീനിനു മുമ്പിലേക്ക് നാട്ടുക്കൂട്ടങ്ങളിളകി വന്നു. യുദ്ധകാലാടിസ്ഥാനത്തിൽ ഊരിൽ വൈദ്യുതി എത്തിയിരുന്നു. സജയും നിരഞ്ജനയും ചാനൽ വാഹനം സൗകര്യപ്രദമായ സ്ഥലത്ത് ഒതുക്കിനിർത്തി വേണ്ട തയ്യാറെടുപ്പുകൾ നടത്തിക്കൊണ്ടിരുന്നു. വാഹനത്തിന് മുകളിലെ ഉപഗ്രഹത്തിലേക്ക് ഡിഷ് ആന്റിന ഘടിപ്പിച്ചു. ക്യാമറയുമായി ഇറങ്ങുമ്പോൾ സജയ് അല്പം വിറച്ചിരുന്നു. നിരഞ്ജന ഉത്തോലകംപോലെ സജയിനെ പ്രോത്സാഹിപ്പിച്ചുകൊണ്ടിരുന്നു.

''നീരു നിനക്കിതെങ്ങനെ കഴിയുന്നു?''

''സജയ് ആത്മബലത്തിനായ് ഞാൻ ജമീലാന്റീടെ പുസ്തകം മൂന്നു

തവണ വായിച്ചു.''

പെട്ടെന്ന് മീൻചുട്ട മണം വന്നു. നിരഞ്ജന വിളിച്ചു പറഞ്ഞു:

''സജയ് എന്തോ മണക്കുന്നുണ്ട് നമുക്കുടനെ ഉള്ളിൽ കടക്കണം.'' അവരെക്കണ്ട് മാച്ചി മൂന്നുതവണ അളുക്ക് പുറത്തേക്ക് തുപ്പി തെറിപ്പിച്ചു ത്പൂ..ത്പൂ..ത്പൂ..പിന്നെ, തിന്നുകൊണ്ടിരുന്ന ചെണ്ടമുറിയൻ കപ്പയിൽനിന്ന് ഒരു കഷണം ദൂരേക്ക് വലിച്ചെറിഞ്ഞു.

പൊടുന്നനെ സജയ് ചലിച്ചു. നീരു തടഞ്ഞു.

''വേണ്ട സജയ് ആ സീൻ കാഴ്ചക്കാരിൽ അലോസരമുണ്ടാക്കും.''

മൺഭിത്തി ചാരി ഞരങ്ങിഞരങ്ങി നിന്ന ഈരയെ നിരഞ്ജന തന്നെ സ്കൂൾ വേഷം ധരിപ്പിച്ച്, ചണച്ചാക്കും കാർഡ്ബോർഡ് കഷണങ്ങളും ന്യൂസ്പേപ്പറും വിരിച്ച് അതിലേക്ക് കിടത്തി.

ഈര വേദനയോടെ കരഞ്ഞപ്പോൾ കുപ്പിയിൽ അവശേഷിച്ച നാടൻ ചാരായം അവളുടെ ചുണ്ടുകളിൽ ഇറ്റിച്ച് കൊടുത്ത് ബോളൻ ഈറ്റില്ലം വിട്ടു. പുറത്ത് തിണ്ണയിൽനിന്ന് നിരഞ്ജനയും സജയും ഷോട്ടുകൾ പ്ലാൻ ചെയ്തുതുടങ്ങിയിരുന്നു. മാച്ചി സൂതികാഗാരത്തിലേക്ക് പ്രവേശിച്ച് കർമ്മത്തിനുള്ള ഉപകരണങ്ങൾ നിരത്തി. അവകളിൽ ക്യാമറപരതി നടന്നു.

അവകൾ താഴെപ്പറയുന്നു.

ഉണ്ടനൂൽ-1

കറിക്കത്തി-1

സൂചി വലുത്-1

കുറച്ച് പഴന്തുണിക്കഷണങ്ങൾ.

ഈര ഒരലർച്ചയോടെ നിലത്തുകിടന്ന് കാലുകൾ വികചീകരിച്ചപ്പോൾ, മാച്ചി പെട്ടെന്ന് പുറത്തിറങ്ങി മൂന്നുപ്രാവശ്യം അളുക്ക് മുറ്റത്തേക്ക് തുപ്പിത്തെറിപ്പിച്ചു.

ത്പൂ..ത്പൂ..ത്പൂ..

ക്യാമറ അതിന്റെ ജോലി നിർവ്വഹിച്ചുകൊണ്ടിരുന്നപ്പോൾ മാച്ചി വീണ്ടും അകത്തുകയറി, പിന്നെ മുളംചെറ്റ പൊടുന്നനെ വലിച്ചടച്ചു. ടപ്പേ...

അന്നേരം മുറിഞ്ഞ ദൃശ്യങ്ങളിൽ നിരഞ്ജന അന്ധാളിച്ചുപോയി.

സ്ക്രീനിൽ തടസ്സംതെളിഞ്ഞു.

പ്രതീക്ഷിക്കാത്ത ചലനത്തിൽ നിരഞ്ജന പൊട്ടിയ ചരടായി, പിന്നെ സജയിനോട് തങ്ങളിത് കരുതണമായിരുന്നുവെന്ന് വെമ്പി.

അകത്ത് ഈരയുടെ വേദനയുടെ അലർച്ചകൾക്കൊപ്പം പുറത്ത് ചീനം തുടി മുഴങ്ങിക്കൊണ്ടിരുന്നു. ഒപ്പം ഊരുകാരുടെ പരമ്പരാഗത ചടുലനൃത്തവും.

അകത്ത് ഒരു കുഞ്ഞിന്റെ കരച്ചിൽ മുഴങ്ങി.

പൊടുന്നനെയാണ് അത് സംഭവിച്ചത്. മാച്ചി ഒരലർച്ചയോടെ മുളംചെറ്റവലിച്ചു തുറന്ന് പുറത്തേക്ക് ചാടി.

പിന്നെ അലറി വിളിച്ചു കൂവിയോടി. .... ‘‘പേയ്..പേയ്,’’[14]

സജയും നിരഞ്ജനയും പകപ്പിൽ പരസ്പരം ഒന്നന്യോന്യപ്പെട്ടു പോയി. അവർ പൊടുന്നനെ തുറന്ന ചെറ്റയിടത്തിലൂടെ ഈറ്റു മുറിയിലേക്ക് ക്യാമറ തെളിച്ചു.

ഈര പ്രസവിച്ചിരിക്കുന്നു. ഇഞ്ചിപ്പാവുപോലെ ഇറച്ചിക്കൂട്ടുള്ള ഒരു തുടുപ്പൻകുഞ്ഞ്. ചുവപ്പും വെള്ളയും നിറമുള്ള മാംസപിണ്ഡത്തിനു ചുറ്റും മൂന്നു തലകൾ. നിലത്തുവീഴ്ത്തിയ കൊഴുത്തദ്രാവകത്തിന് മഞ്ഞകലർന്നിരിക്കുന്നു. അതിൽ ചോരച്ചാലുകൾ വരകീറിക്കിടക്കുന്നു.

സജയ് ഭയന്നു. നിരഞ്ജന വെപ്രാളപ്പെട്ടു.

‘‘സജയ് വേഗം...... വേഗം.’’

പൊടുന്നനെ കുറെയധികം കുഞ്ഞുങ്ങളുടെ രോദനം ചെനച്ച് ചെനച്ച് ഈറ്റുമുറിയിൽ പൊന്തിത്തുടങ്ങി. നിമിഷങ്ങൾക്കകം മുലകുടിക്കാനുള്ള ഉറവിടം തേടി ആ സൂതഫലം ചലിക്കാൻ തുടങ്ങി.

ആ ജന്തു ഈരയുടെ വയറിലൂടെ മുകളിലേക്ക് ഇഴഞ്ഞു.

പിന്നെ ഈരയുടെ നെഞ്ചിലെ പരന്ന പ്രതലം തിരിച്ചറിഞ്ഞ് അത് വാവിട്ട് നിലവിളിച്ചു. അതിന് വിശന്നിരുന്നു.

ഇപ്പോൾ അതിന്റെ മോണയിൽ പല്ലുകൾ മുളച്ചു തുടങ്ങി, മുൻപല്ലുകൾ അല്പം വളഞ്ഞ്.

വീണ്ടും ആ ജന്തു മുകളിലേക്ക് ചലിച്ച് ഈരയുടെ ഗളനാളത്തിൽ പിടുത്തമിട്ടു. വേദനയാൽ ഈര ഒന്നു പിടച്ചു.

കഴുത്തിനു ചുറ്റും നിരവധി കടിയേറ്റ ഈര അലറിയലറി കരഞ്ഞു.. ഹൗ.ഹൗ.ഹൗ.

ആ നിമിഷം തന്നിൽനിന്ന് എന്തോ ചോർന്നുപോകുന്നതായി ഈര അനുഭവിച്ചു.

തുടർന്ന്.. ചോരയും വെള്ളവും പുറത്തേക്ക് തെറിച്ചു.

---

14. പിശാച്.

ഒരു കള്ളൻ വഞ്ചിക്കപ്പെട്ടുപോയ നിമിഷങ്ങൾ

കയാൽ, കള്ളൻ എപ്പോൾ പ്രവേശിക്കയെന്ന് അറിയായ്കയാൽ നാം സദാ ജാഗരൂകരായിരിക്കണം എന്ന് നിങ്ങൾ കേട്ടിട്ടില്ലേ?

ഇല്ലായെങ്കിൽ ഇതൊരു മുന്നറിയിപ്പായി കരുതിക്കൊള്ളണം! കരുതുമോ?

കള്ളൻ അകത്തുകടന്ന് സർവ്വതും കവർന്ന് കടന്നു കളയുമ്പോൾ വിലപിച്ചിട്ട് എന്തു കാര്യം എന്ന് നിങ്ങൾ അറിയുക. നിങ്ങളുടെ വീട് ഇതുവരെ മോഷ്ടിക്കപ്പെട്ടിട്ടില്ല എന്നാണെങ്കിൽ അതിനർത്ഥം ഇതുവരെ കള്ളന്റെ ദൃഷ്ടിദോഷം നിങ്ങളുടെ വീടിനുമേൽ പതിച്ചിട്ടില്ലായെന്നാണ്.

സാധാരണയായി നമ്മൾ വീടിന്റെ വാതിലുകളെല്ലാം ഭദ്രമായി അടച്ച്, കുറ്റിതാഴ്ത്തി കള്ളനു പ്രവേശിക്കാൻ ഇനിയും വല്ല പഴുതുകളും അവശേഷിച്ചിട്ടുണ്ടോ എന്നൊക്കെ പരിശോധിച്ചിട്ടാണ് ഉറക്കത്തെ വരവേല്ക്കുന്നതു തന്നെ.

ഉറക്കത്തിലാഴുന്നേരം വല്ല ഒച്ചയോ അനുചിതങ്ങളായ മറ്റനക്കങ്ങളെന്തെങ്കിലുമോ ഒക്കെ വീട്ടുകാരന്റെ തലച്ചോറിന്റെ സുബോധതലങ്ങൾ ചിലപ്പോൾ പിടിച്ചെടുത്തുവെന്നും വരാം.

അങ്ങനെവന്നാൽ സംഗതി ആകെ വഷളാകും. എന്നാൽ, ഈവ്വിധ അടിസ്ഥാനപ്രശ്നങ്ങളൊക്കെ കൃത്യമായി താലോലിച്ച് മനസ്സിൽ സൂക്ഷിച്ചിട്ടുള്ള ഒരു വിദ്വാനായിരുന്നു നമ്മുടെ കള്ളൻ (കഥാനായകൻ). അതുകൊണ്ടുതന്നെ കള്ളൻ നഗ്നപാദനുമായിരുന്നു. ഒന്നോടേണ്ടി വരികയാണങ്കിലോ ശബ്ദതരംഗങ്ങൾ ഏറ്റുവാങ്ങുന്ന വായുവിനെ കബളിപ്പിക്കാനോ ഒക്കെ ഏറ്റവും അനുയോജ്യം പാദങ്ങൾ നഗ്നമാക്കപ്പെടുക തന്നെയാണ് ഉചിതമെന്ന് കള്ളന്റെ കണക്കുപുസ്തകത്തിൽ കുറിക്കപ്പെട്ടിരുന്നു.

ഘട്ടം ഒന്ന്

ആദ്യമായി മോഷ്ടിക്കപ്പെടേണ്ട വീടിനെ വലയംവച്ച് കിടപ്പുമുറിയും സേഫ് ഇരിക്കാൻ സാദ്ധ്യതയുള്ള മുറിയുമെല്ലാം കള്ളൻ സൂക്ഷ്മ നിരീക്ഷണത്താൽ തൃപ്തിപ്പെടുന്നു. മുറ്റത്ത് സിമിന്റിട്ടതും പട്ടിയില്ലാത്തതുമൊക്കെ ഏറ്റവും അനുയോജ്യ ഘടകങ്ങളായി കള്ളൻ കണക്കുകളിലേക്ക് കൊണ്ടുവരുന്നു.

അണയ്ക്കാത്ത പോർച്ച് ലൈറ്റ് വെട്ടം കള്ളന് ഗുണകരമായി തോന്നി. കാരണം അതിന്റെ പ്രതിഫലനം ദൃഷ്ടിയുടെ വ്യക്തതയ്ക്ക് ആക്കം കൂട്ടുമായിരുന്നു.

ഇപ്പോൾ കള്ളൻ വീടിന്റെ പിന്നാമ്പുറത്തേക്ക് പതുങ്ങിവന്ന് ശ്വാസം ഒന്ന് പതുക്കെ വലിച്ചുവിട്ട്, ചുറ്റുപാടുകൾ ഒന്നുകൂടി നിരീക്ഷിച്ച് ബോദ്ധ്യപ്പെട്ട്, അടുത്തചലനത്തിനുവേണ്ടി തലച്ചോറിൽ ഒന്നുകൂടി പരതി; അശ്രദ്ധയാൽ വീട്ടുകാർ വരുത്തിവച്ച വല്ല പഴുതുകളുമുണ്ടോയെന്ന് കണ്ണ് കറക്കി. എന്തെങ്കിലും കൈപ്പിഴകൾ കണ്ടെത്താതിരിക്കില്ലെന്ന് അനുഭവത്തിന്റെ വെളിച്ചത്തിൽ കള്ളൻ മുൻകൂർ കരുതിവച്ചിരുന്നു.

കള്ളൻ കറുത്ത മുഖംമൂടി ധരിച്ചിരുന്നു (സാധാരണ സിനിമകളിൽ കാണാറുള്ളതുപോലെ). മോഷ്ടാവിന് ഇതൊക്കെ പ്രധാനമാണല്ലോ? അഥവാ ആരെങ്കിലും കണ്ടാൽ തിരിച്ചറിയരുതെന്ന് കള്ളന് നിർബ്ബന്ധമുണ്ടായിരുന്നു. തിരിച്ചറിയലുകൾ എളുപ്പത്തിൽ പിടിക്കപ്പെടലുകൾക്ക് വഴിയൊരുക്കുമെന്ന മോഷണ മനശ്ശാസ്ത്രമൊക്കെ കള്ളനും പഠിച്ചുവച്ചിരുന്നു.

വീടിന്റെ ചുറ്റുമതിൽ ചാടിക്കടക്കുമ്പോൾ കള്ളന് തോന്നിയിരുന്നു, മോഷണത്തിന് പാകം എപ്പോഴും ചുറ്റുമതിലുകളുള്ള ഭവനങ്ങൾ തന്നെ. അതിന് ഉപോൽബലകമായി കള്ളൻ പ്രത്യാശപ്പെട്ടത് ഇങ്ങനെയാണ്, ഒന്ന്: മതിലുകൾക്കുള്ളിൽ പുറം മനുഷ്യരുടെ ശ്രദ്ധപതിയാൻ താരതമ്യേന സാദ്ധ്യത കുറവ്. രണ്ട്: അപ്രതീക്ഷിതമായി വല്ല അബദ്ധ ശബ്ദ സൂചനകളോ മറ്റോ കള്ളന്റെ ഭാഗത്തുനിന്നുണ്ടായി വീട്ടുകാരനതേറ്റുവാങ്ങി ഉണരേണ്ടിവന്നാൽതന്നെയും മതിൽ ചാടിപ്പെട്ടെന്നപ്പുറം കടന്നാൽ രക്ഷപ്പെട്ടുവല്ലോ (കള്ളൻ.... കള്ളൻ... എന്ന് ഒച്ചവച്ചാലും, സാധാരണ വീട്ടുകാരൻ മതിൽ ചാടിക്കടന്ന് കള്ളനെ പിടിക്കാൻ ശ്രമിക്കാറില്ലെന്ന് കള്ളനറിയാം).

കള്ളന് കമ്പ്യൂട്ടർ എഞ്ചിനീയറുടെ ബുദ്ധിയായിരുന്നു. കള്ളൻ കമ്പ്യൂട്ടറിൽത്തന്നെ മോഷ്ടിക്കപ്പെടേണ്ട വീടിന്റെ സ്കെച്ചും പ്ലാനും തയ്യാറാക്കി അതിൻെറ ദർശനവും കിടക്കമുറികളുടെ സ്ഥാനവും, ജനൽസാദ്ധ്യതകളുമെല്ലാം വരച്ച്, പഠനവിധേയമാക്കിയശേഷമായിരുന്നു ഈ മുന്നേറ്റങ്ങൾ.

അങ്ങനെ, അവളുടെ ഭർത്താവ് വീട്ടിലില്ലാത്ത അവസരം നോക്കിയായിരുന്നു മോഷണത്തിനുള്ള ഈ ദിവസം കള്ളൻ പെട്ടെന്ന് തീരുമാനിച്ചുറച്ചത്.

മോഷണത്തിന് സൗകര്യപ്രദവും സുരക്ഷിതത്വവും സ്ത്രീകൾ തനിച്ചുള്ള വീടുകളാണെന്ന് ഏതു മന്ദബുദ്ധിക്കള്ളനുപോലുമറിയാമത്രേ? അതിന് ധാരാളം കാരണങ്ങളും കള്ളൻ കണ്ടുവച്ചത് വിവരിക്കാം.

ഒന്ന്: സ്ത്രീകളുടെ ഉറക്കങ്ങൾ എപ്പോഴും അന്തംവിട്ടുള്ളതായിരിക്കും. രണ്ട്: അഥവാ മോഷണശ്രമത്തിനിടയിൽ ഉറക്കം തെളിഞ്ഞ് കള്ളനെ കാണേണ്ടിവന്നാൽ തന്നെ പെണ്ണുങ്ങളല്ലേ? പെട്ടെന്ന് ബോധം മറഞ്ഞ് ഉടലിനെ വീഴിച്ചുകൊള്ളും. അതുമല്ലെങ്കിൽ ഒന്ന് ഭയപ്പെടുത്താനോ മയപ്പെടുത്തി കീഴ്പ്പെടുത്താനോ ഒക്കെ സാദ്ധ്യമാകയും ചെയ്യും (അതിനുള്ള ഉപകരണം കള്ളൻ ഇടുപ്പിൽത്തന്നെ തിരുകിയിട്ടുമുണ്ട്).

അത്തരത്തിൽ മോഷണത്തിന്റെ സകല രസതന്ത്രവും പരീക്ഷണവിധേയമാക്കിയിട്ടുള്ള ഒരു മോഷണകലാകാരൻ തന്നെയായിരുന്നു നമ്മുടെ കള്ളനും.

ഘട്ടം രണ്ട്

ഇപ്പോൾ കള്ളൻ പുറകിലെ അടുക്കളക്കതകിന്റെ കൊളുത്ത് എങ്ങനെ വേർപെടുത്തണമെന്ന് തലപുകഞ്ഞ്, കതകിൽ പതുക്കെ ഒന്നുരഞ്ഞുനോക്കി.

അത്ഭുതം!

അത് താനെ തുറന്നിരിക്കുന്നു. അവൾ കുറ്റിയിടാൻ മറന്നതായിരിക്കും?

കള്ളൻ ഉള്ളാലെ മനസ്സിളകിച്ചിരിച്ച് തന്റെ നിരീക്ഷണങ്ങളെത്ര ശരിയെന്ന് വീണ്ടും തറപ്പിച്ചു.

പുറമേ കാണുന്ന പല സൗന്ദര്യധാമങ്ങൾക്കും അകമേനിറമില്ലെന്നുള്ള പകൽസത്യം കള്ളന്റെ ഉജ്ജ്വലമായ കണ്ടുപിടുത്തങ്ങളിൽ ഒന്നായിരുന്നു. അതുകൊണ്ടു കൂടിയാണ് സ്ത്രീകൾ തനിച്ചുള്ള വീടുകൾ കള്ളൻ തെരഞ്ഞെടുക്കുന്നതുതന്നെ.

ഇടയിളക്കമുള്ള പിന്നാമ്പുറങ്ങളും ഇടതൂർന്ന മുൻഭാഗങ്ങളും സാധാരണ ഉറിഞ്ചി, 'ഹയ്യടാ...ഹിയ്യടാ' എന്നിങ്ങനെയൊക്കെ അറിയാതെ ഏമ്പി ശബ്ദം തള്ളുന്ന ഒരിക്കിളിക്കോന്തനൊന്നുമായിരുന്നില്ല നമ്മുടെ കള്ളൻ.

കുറെക്കാലമായിട്ട്, അയാളുടെ കണ്ണ് മുഴുവൻ അവളുടെ കണ്ഠാഭരണങ്ങളിലും, കങ്കണങ്ങളിലുമായി നിറഞ്ഞുകിടന്നിരുന്നു. ആഭരണാലങ്കാരം അവളെ ഒരു മൊബൈൽ ജുവലറിയാക്കി കള്ളൻ സങ്കല്പിച്ചിരുന്നു.

നടപ്പിൽ വസ്ത്രം കുതിച്ചുചാടുമ്പോൾ തെളിഞ്ഞുവരുന്ന കൊഴുപ്പുള്ള കണങ്കാലിലെ തടിപ്പുള്ള സ്വർണ്ണ ഉരുപ്പടികൾ കാൺകെ കണ്ണുചിമ്മി കള്ളൻ ഉറപ്പിച്ചുകഴിഞ്ഞിരുന്നു; ഇക്കുറി ഇതാകട്ടെ എന്ന്.

അവളുടെ ഭർത്താവ് ടൗണിൽ വലിയ തിരക്കുള്ള ബിസിനസ് മാഗ്നറ്റാണെന്നും കള്ളൻ കണ്ടറിഞ്ഞുവച്ചിരുന്നു.

അങ്ങനെയാണ് കള്ളന് കൊതി മൂത്തുമൂത്ത് വന്നത് എങ്കിലും കള്ളൻ ആശങ്കാകുലനായിരുന്നു; ഒറിജിനലുകളെ വെല്ലുന്ന അനുകരണങ്ങളുടെ വർത്തമാനകാലത്തെയോർത്ത്. അതുകൊണ്ട് ഉരച്ചുനോക്കി തിരിച്ചറിയാനുള്ള ശാണോപലവും കള്ളൻ കരുതിയിരുന്നു.

ഇപ്പോൾ ഇരുട്ടിന്റെ വ്യാകരണം ഉള്ളിലറിഞ്ഞ് കള്ളൻ തപ്പിത്തപ്പി അവളുടേതെന്നു തോന്നിക്കുന്ന മുറിവാതുക്കൽവരെ എത്തി.

സംഭരിക്കാവുന്നത്ര ഊർജ്ജമൊരുക്കി, സംഭവിക്കാവുന്നതും സംഭവിക്കാൻ പാടില്ലാത്തതുമായ കുറെ മനോധർമ്മങ്ങളെയും പെരുക്കി, കള്ളൻ അവളുടെ മുറിവാതിലിൽ വെറുതെ ഒന്ന് കൈവച്ച് നോക്കിയതേയുള്ളൂ.

എന്തത്ഭുതം!

അതും പതുക്കെ ഉള്ളിലേക്ക് തുറന്നിരിക്കുന്നു. ബെഡ്‌ലാമ്പിന്റെ നേർത്ത വെളിച്ചം വെളിയിലേക്കുവന്ന് കള്ളന്റെ മുഖം പ്രകാശിപ്പിച്ചു.

കള്ളൻ പ്രവേശിക്കുകയാണെങ്കിൽ എല്ലാം കുത്തിപ്പൊളിച്ച് നശിപ്പിക്കുന്നതിനേക്കാൾ ഭേദം തുറന്നിടുന്നതാണ് ബുദ്ധി എന്ന തത്ത്വം ഇവിടെ അവലംബിച്ചിട്ടുണ്ടോ എന്നു പോലും കള്ളൻ സംശയിച്ചു.

രണ്ടാംഘട്ടവും പ്രതീക്ഷിച്ചതിലും ഭംഗിയായതിൽ കള്ളൻ അയാളുടെ ദൈവത്തോട് ഗൂഢസ്മിതം നന്ദിപറഞ്ഞു.

ഘട്ടം മൂന്ന്

കള്ളന് തെല്ല് ഭയം തോന്നി. താനിത്രയൊന്നും പ്രതീക്ഷിച്ചിരുന്നില്ലല്ലോയെന്നും ചിന്തിച്ചു കള്ളൻ ഉൾക്കരുത്ത് പതുക്കെ ഒന്ന് അയച്ചുവിട്ട് മറ്റൊന്നുസ്വീകരിച്ച് ഉള്ളിലേക്ക് പതുക്കെ ഒന്ന് ഞാളിനോക്കി. ഒപ്പം സ്ത്രീകളുടെ അലംഭാവങ്ങളെക്കുറിച്ച് കള്ളൻ ആശങ്കപ്പെടുക തന്നെ ചെയ്തു. അകത്ത് മൂലയിൽ, മുറിയിലെ കൂറ്റൻ അലമാരയും ശാന്തമായുറങ്ങുന്ന അവളെയും കള്ളൻ മാറിമാറി ദൃഷ്ടി ഇട്ടു. അവളുടെ നഗ്നസുന്ദരമായ കണങ്കാലുകൾ ബെഡ്‌ലാമ്പു വെളിച്ചം തട്ടി സ്വർണ്ണസമം തിളങ്ങുന്ന കാഴ്ച കള്ളനെ വെപ്രാളപ്പെടുത്തി. എന്നിരുന്നാലും അവളുടെ ഉറക്കത്തിന്റെ ആഴമളക്കണമെന്നുതന്നെ കള്ളൻ ഉറപ്പിച്ച്, വളരെ ശ്രദ്ധാപൂർവ്വം ഉള്ളിലേക്ക് നൂഴ്ന്ന് കട്ടിലിനരികെ എത്തി.

ഇപ്പോൾ കള്ളൻ അവളുടെ സുന്ദരമായ കാൽവെള്ളയിൽ കൈവശമുണ്ടായിരുന്ന സേഫ്റ്റിപിന്നുകൊണ്ട് മൃദുലമായി ഒന്നു കുത്തി.

ഉറക്കം ശക്തമല്ലെങ്കിൽ അവൾ കാലിളക്കുമെന്നുതന്നെ കള്ളനറിയാം. അവൾ ആന കുത്തിയാൽ പോലുമിളകില്ലെന്നു കണ്ട് ഉള്ളാലെ ചിരിച്ച് കള്ളൻ സാവധാനം അലമാരയെ ലക്ഷ്യമാക്കി ഇപ്പോൾ നീന്തിത്തുടങ്ങി. (നമ്മൾ ഡിറ്റക്ടീവ് നോവലുകളിൽ വായിക്കുന്നതുപോലെതന്നെ).

അവൾ ഒരു സ്വപ്നത്തിൽ അലിഞ്ഞലിഞ്ഞ് ഇല്ലാതാകുന്ന നേരമായിരുന്നു അപ്പോൾ. ആ സമയം കാൽവെള്ളയിൽ അനുഭവപ്പെട്ട

എന്തോ ഒന്ന് തരിപ്പായി സിരകളിലുടെ പ്രവഹിച്ച് ലഹരിയാകുന്നതിന്റെ ഉണ്മയിലേക്ക് അവൾ പ്രവേശിച്ചുകഴിഞ്ഞിരുന്നു.

കുതിരപ്പുറമേറി വന്ന ഒരു പോരാളി അവളേയുമെടുത്ത് ഏതോ ഗുഹയിലേക്ക് ഓടിച്ചുകയറ്റുകയാണ്. അവൾക്ക് അങ്കലാപ്പും അതിശയ വുമുണ്ടായി. എത്ര മനോഹരമായ ഗഹ്വരം. ചുറ്റും വർണ്ണാഭമായ അല ങ്കാരങ്ങൾ, നിറയെ തോഴിമാർ താലപ്പൊലിയുമായി, ചുറ്റിലും വാദ്യവൃ ന്ദങ്ങൾ.

അവൾക്ക് തോന്നി ഇയാൾ ഏതോ രാജാവാണ്!

മണിയറവാതിൽ തുറക്കപ്പെട്ടു. അവൾ ലജ്ജയിൽ കുതിർന്ന മുഖം പൊത്തി പുറംതിരിഞ്ഞു.

അലമാരയ്ക്ക് സമീപമെത്തിയ കള്ളൻ സാവധാനം തലപൊക്കി എഴുന്നേറ്റ് അലമാര തുറക്കാനുള്ള വ്യഗ്രതയോടെ തന്റെ കൈയിലെ തുരുമ്പിച്ച താക്കോൽക്കൂട്ടങ്ങൾ തെരഞ്ഞു. പാകമെന്ന് തോന്നിച്ചതൊരെ ണ്ണം താക്കോൽദ്വാരത്തിലേക്ക് കടത്തി തുറക്കുംമുമ്പ് കള്ളന് അവളെ ഒന്നു കൂടി വീക്ഷിക്കണമെന്ന് തോന്നി.

അന്നേരം കള്ളന്റെ കണ്ണ് മിഴിഞ്ഞമട്ടി പോയി.

മുമ്പിൽ ഒരുജോടി ഭൂഗോളങ്ങൾ, പൂമെത്തയിൽ താഴ്ന്ന്, പന്തയ ക്കുതിരകളുടെ പിന്നാമ്പുറം പോലെ...

കീഴേന്നൊരു തരിപ്പന്നേരം മുകളിലേക്ക് പ്രവഹിച്ച് ശ്വാസമെടു ക്കാൻ പാടുപെട്ട് ദൃഷ്ടിവലിക്കാൻ വയ്യാഞ്ഞ് കള്ളൻ പെട്ടുപോയി.

എങ്കിലും കള്ളൻ ഇപ്രകാരം ചിന്തിച്ചു,

വിനാശ കാലേ വിപരീതബുദ്ധിക്കിരയാവരുത്,

തിരിവിൽ നീന്തിക്കേറിയ അവളുടെ തിരശ്ശീല (നൈറ്റ്ഗൗൺ) തന്റെ ജോലിക്ക് തടസ്സം സൃഷ്ടിക്കുന്നുവെങ്കിൽ അത് മൂടിക്കളയണമെന്നു തന്നെ കള്ളൻ ഉറപ്പിച്ചു.

കള്ളൻ സർവ്വശക്തിയും സംഭരിച്ച് ബെഡ്ഡിനരികിലേക്കെത്തി, പിന്നെ, തുറക്കപ്പെട്ട ഭാഗം ഭംഗിയായി വലിച്ചടച്ച് 'ഹോ' എന്ന മുക്കിക്കളഞ്ഞു.

വീണ്ടും തിരികെയെത്തി താക്കോൽ, ദ്വാരത്തിലിട്ട് വീണ്ടും തിരിച്ചു.

'ക്ലിക്' ചെറിയശബ്ദത്തോടെ അതു തുറക്കപ്പെട്ടു.

കള്ളന്റ കണ്ണ് മഞ്ഞളിച്ചുപോയി. താൻ കണ്ടു കൊതിച്ചിട്ടുള്ള അവ ളുടെ ആടയാഭരണങ്ങളെല്ലാം ഭദ്രമായി ഊരിവച്ചിരിക്കുന്നു.

കള്ളൻ ആമോദചിത്തനായി. എത്ര എളുപ്പത്തിലാണ് കാര്യങ്ങൾ നിർവ്വഹിക്കപ്പെടുന്നതെന്ന് അഭിമാനിച്ചു. ഒപ്പം ഇതെല്ലാം ഒറിജനൽ തന്നെയോ എന്നൊരാശങ്കയും കള്ളനിൽ മുളപൊട്ടി. ഒരുതരത്തിലും കബളിപ്പിക്കപ്പെടരുതെന്ന് നിർബ്ബന്ധമുണ്ടായിരുന്ന കള്ളൻ സഞ്ചിയിൽ നിന്ന് ശാണോപലമെടുത്ത് അതിന്റെയെല്ലാം മാറ്റ് സൂക്ഷ്മബുദ്ധിയിൽ പരിശോധിക്കാൻതുടങ്ങി. ശാണത്തിൽ തങ്കം തെളിഞ്ഞതറിഞ്ഞ കള്ളൻ ആശ്വാസപൂർവ്വം അവളുടെ അപ്സരത്തികവാർന്ന ഉറക്കം ഒന്നുകൂടി ആസ്വദിക്കണമെന്ന് നിനച്ച്, അവളെ ഒന്നുകൂടി പാളിനോക്കുമ്പോൾ കള്ളൻ ചാഞ്ചക്കം ചാടിപ്പോയി.

കള്ളന്റെ നെഞ്ചിലാരോ ഉലക്കകൊണ്ടടിച്ചതു മാതിരി ഇളക്കം തട്ടിക്കുടഞ്ഞു.

ഒരു പനിനീർപുഷ്പംപോലെ പേലവമാർന്ന് അവൾ ....മുഖം താമരമൊട്ടു പോലെ വിടരാൻ വെമ്പി നിലാവിൽ കുളിച്ച് കിടക്കുന്നു

കണ്ണിന്റെ പതനരശ്മി ഫോക്കസ് ചെയ്തു. വൈദ്യുതപ്രവാഹത്തിന്റെ തീവ്രതനിമിത്തം കള്ളന്റെ കൈകാലുകളിലുടനീളം ഒരു വിറയൽ തുടങ്ങി. നെഞ്ചിൽ പെരുമ്പറയും...

കള്ളൻ തൂക്കുകയറായി തലകുത്തനെ നിന്ന ചോദ്യചിഹ്നത്തിനുള്ളിലേക്ക് ഞെരുങ്ങിക്കയറിനിന്ന് കുലുങ്ങി.

ഘട്ടം നാല്

കള്ളന് തന്റെ മാന്യജോലിയെക്കുറിച്ച് നല്ല ബോദ്ധ്യമുണ്ടായിരുന്നു. ഒപ്പം താനൊരു കള്ളൻമാത്രമാണെന്ന ചിന്തയും, ലക്ഷ്യത്തെക്കുറിച്ചും അതിലെ ആത്മാർത്ഥതയും പവിത്രതയും കാത്തുസൂക്ഷിക്കണമെന്നു തന്നെ കള്ളൻ പണ്ടേ ആണയിട്ടാണ് ഈ പണിക്കിറങ്ങിപ്പുറപ്പെട്ടതു തന്നെ. മോഷണത്തേക്കാൾ തരംതാണ പണി ചിന്തിക്കാൻകൂടി കഴിഞ്ഞിരുന്നില്ല. ഇത്തരം പല പ്രതിസന്ധിഘട്ടങ്ങളെയും വിദഗ്ദ്ധമായി തരണംചെയ്തിട്ടുള്ള കള്ളന് ഇതൊരു പ്രശ്നമായിട്ട് തോന്നിയതേയില്ല.

'ഒരു കള്ളന്റ ആത്മകഥ' എന്ന പുസ്തകം താനും ഇറക്കുമ്പോൾ ഈ കാഴ്ചയുടെ അനുഭവംകൂടി എഴുതിച്ചേർക്കണമെന്നു മാത്രം കള്ളൻ ആഗ്രഹിച്ചു.

ഇങ്ങനെയെല്ലാം ചിന്തിച്ച് ചുരമാന്തിയ കണ്ണുകളെ പറിച്ചെടുക്കാൻ കള്ളൻ പാടുപെട്ടു. എങ്കിലും.....

വീണ്ടും തന്റെ ജോലിക്ക് വിലങ്ങുതടിയായി കിടക്കുന്ന മനുഷ്യപീഡിതരംഗം മൂടിക്കളയണമെന്ന് തന്നെ നിനച്ച് കള്ളൻ മുമ്പോട്ടേക്ക് പ്രാഞ്ചാൻ തുടങ്ങി. അവസാനം, തെറുത്തുകയറി ആ പേലവ മൃദുല ഭാഗത്തായി തമ്പടിച്ചിരുന്ന നേർത്ത ചേലാഞ്ചലം വിരൽത്തുമ്പുകൊണ്ട് മൃദുവായി കോർത്ത് കള്ളൻ നെയ്പരുവത്തിൽ കീഴോട്ടേക്ക് തള്ളിയിട്ടു.

അപ്പോഴൊന്നും കള്ളൻ ശ്വാസം വിട്ടിരുന്നേയില്ല.

വീണ്ടും തിരികെവന്ന് അലമാരയ്ക്കടിയിലേക്കാണ് കള്ളൻ ശ്വാസം നേരെയാക്കിയത്. 'ഹൗ'..... ഇനി എത്രയും വേഗമെന്ന് മനസ്സ് മന്ത്രിച്ചതറിഞ്ഞ്, അവളുടെ സ്വർണ്ണാഭരണങ്ങൾ കള്ളൻ അതിവേഗത്തിൽ തന്റെ തോൾസഞ്ചിയിലേക്ക് കോരിയിടാൻ തുടങ്ങി.

പിന്നെ അയാൾ തിരിഞ്ഞ് പുറത്തേക്കാഞ്ഞതേയുള്ളൂ; അത്ഭുതം!!!

പൊടുന്നനെ അവൾ സ്വപ്നത്തിലെ ഉറക്കം വിട്ടുണർന്നു.

പിന്നീട് കള്ളനെ കണ്ട് ഉച്ചത്തിൽ പേടിച്ചുള്ള കണ്ഠക്ഷോഭം തുടങ്ങി,

കള്ളൻ.......... കള്ളൻ........... കള്ളൻ.......!